மரமே வரம்

வி.எஸ். ரோமா

Copyright © V. S. Roma
All Rights Reserved.

ISBN 978-1-63850-742-0

This book has been published with all efforts taken to make the material error-free after the consent of the author. However, the author and the publisher do not assume and hereby disclaim any liability to any party for any loss, damage, or disruption caused by errors or omissions, whether such errors or omissions result from negligence, accident, or any other cause.

While every effort has been made to avoid any mistake or omission, this publication is being sold on the condition and understanding that neither the author nor the publishers or printers would be liable in any manner to any person by reason of any mistake or omission in this publication or for any action taken or omitted to be taken or advice rendered or accepted on the basis of this work. For any defect in printing or binding the publishers will be liable only to replace the defective copy by another copy of this work then available.

பொருளடக்கம்

முன்னுரை	v
1. அத்தியாயம் 1	1
நான்	47

முன்னுரை

கிளி வளர்த்தேன் அது பறந்து விட்டது.
   அணில் வளர்த்தேன் அது ஓடி விட்டது.
மரம் வளர்த்தேன் இரண்டும் திரும்பி வந்து விட்டது.
டாக்டர் . ஏ.பி.ஜே. அப்துல் கலாம்
மரம் வளர்த்தால்
மழை வரும்.
மழை வந்தால்
விவசாயம் பெருகும்.
விவசாயம் பெருகினால்
நாட்டின் பொருளாதாரம் பெரும் .
நாட்டின் பொருளாதாரம் பெருகினால்
நம் நாடு செழிப்பாகும்
நம் நாடு செழிப்பானால்
நாமும் செழிப்பு தானே?
முற்போக்கு எழுத்தாளர்
வி.எஸ்.ரோமா
கோயம்புத்தூர்

1

காடுகளை அழிப்பதால்

கரியமில வாயு வளிமண்டலத்தில் அதிக அளவு சேரும். மேலை நாடுகளில் காற்று மாசுபடுவதைக் கவனமாகக் குறைத்து வருகிறார்கள். ஆனால் இந்தியா போன்ற வளரும் நாடுகளில் காற்று மாசுபாடு அதிகரித்து வருகிறது. நமது மக்களில் பெரும்பாலானோருக்கு நல்ல காற்று கிடையாது, பாதுகாக்கப்பட்ட குடிநீர் வசதியில்லை. கிராமப்புறங்களில் ஏழைமக்கள் எரிபொருளுக்காகவும், பிழைப்புக்காகவும் மரங்களை வெட்டி வீழ்த்தி விறகுகளாக்குகிறார்கள். எரிபொருளுக்கு அரசு நிரந்தரமான மாற்று ஏற்பாடு செய்தால் லட்சக்கணக்கான மரங்களைக் காப்பாற்ற முடியும். ஆனால் அந்நிலை உருவாகவில்லை.

காடுகளின் வகைகள்

காடு என்பது பல மரங்கள், புதர்கள் மற்றும் மூலிகைகள் வளரும் இடமாகும். மேலும் காட்டு விலங்கினங்களின் பிரதிநிதிகள் வாழ்கின்றனர்: பறவைகள், பூச்சிகள், விலங்குகள் போன்றவை. ஒரு பரந்த பொருளில், காடு என்பது ஒரு சிக்கலான உயிரியல் அமைப்பாகும்,

இலையுதிர் காடுகள்

இலையுதிர் காடு இலைகளைக் கொண்ட மர வகைகளைக் கொண்டுள்ளது. ஆஸ்பென், வில்லோ, காட்டு ஆப்பிள், ஓக், மேப்பிள் போன்றவை அவர்களுக்கு பதிலாக பைன்கள் அல்லது ஃபிர்ஸ்கள் இல்லை. ஆனால் ரஷ்யாவில் இந்த வகை காடுகளுக்கு மிகவும் பொதுவான

மரம் பிர்ச் ஆகும். இது மிகவும் எளிமையானது, பல்வேறு வகையான மண்ணில் வளரக்கூடியது மற்றும் 150 ஆண்டுகள் வரை ஆயுட்காலம் கொண்டது.

மிகவும் பரவலாக இலையுதிர் காடுகள் வடக்கு அரைக்கோளத்தில் காணப்படுகின்றன. அவை வளரும் இடங்கள் மிதமான காலநிலை மற்றும் பருவங்களின் தெளிவான காலநிலை மாற்றத்தால் வகைப்படுத்தப்படுகின்றன. இந்த வகை காட்டில் பல அடுக்குகள் உள்ளன: வெவ்வேறு உயரங்களின் மரங்கள், பின்னர் புதர்கள் மற்றும், இறுதியாக, புல் கவர். பெரும்பாலான சந்தர்ப்பங்களில், மர வகைகளை விட புல் இனங்கள் அதிகம்.

இலையுதிர் காடுகளின் ஒரு சிறப்பியல்பு குளிர் காலம் துவங்குவதற்கு முன்பு இலை உதிர்தல் ஆகும். இந்த காலகட்டத்தில், மரக் கிளைகள் வெறுமையாகி, காடு "வெளிப்படையானது" ஆகிறது.

அகன்ற காடுகள்

இலையுதிர் காடுகளின் ஒரு பிரிவு மற்றும் பரந்த இலை கத்திகள் கொண்ட மரங்களைக் கொண்டுள்ளது. வளர்ந்து வரும் பகுதி ஈரப்பதமான மற்றும் மிதமான ஈரப்பதமான காலநிலை கொண்ட பகுதிகளுக்கு முனைகிறது. அகன்ற காடுகளுக்கு, காலண்டர் ஆண்டு முழுவதும் வெப்பநிலையின் சமமான விநியோகம் மற்றும் பொதுவாக, ஒரு சூடான காலநிலை முக்கியமானது.

சிறிய இலைகள் கொண்ட காடுகள்

வனப்பகுதிகளால் ஆனது, அவை குறுகிய இலை கத்திகள் கொண்ட மரங்களின் வடிவத்தில் ஆதிக்கம் செலுத்துகின்றன. ஒரு விதியாக, இவை பிர்ச், ஆஸ்பென் மற்றும் ஆல்டர். மேற்கு சைபீரியாவில், தூர கிழக்கில் இந்த வகை காடு பரவலாக உள்ளது.

சிறிய இலைகள் கொண்ட காடு இலகுவானது, ஏனெனில் இலைகள் சூரிய ஒளியைக் கடப்பதில் கணிசமாக தலையிடாது. அதன்படி, வளமான மண் மற்றும் பல வகையான தாவரங்கள் உள்ளன. கூம்புகளைப் போலல்லாமல், சிறிய-இலைகள் கொண்ட மரங்கள் வாழ்விட

நிலைமைகளை கோருவதில்லை, எனவே அவை பெரும்பாலும் தொழில்துறை தீர்வு மற்றும் காட்டுத் தீ இடங்களில் எழுகின்றன.

ஊசியிலையுள்ள காடுகள்

இந்த வகை காடு ஊசியிலையுள்ள மரங்களைக் கொண்டுள்ளது: தளிர், பைன், ஃபிர், லார்ச், சிடார் போன்றவை. ஏறக்குறைய அவை அனைத்தும் பசுமையானவை, அதாவது அவை எல்லா ஊசிகளையும் ஒரே நேரத்தில் கைவிடுவதில்லை, கிளைகள் வெறுமனே இருக்காது. விதிவிலக்கு லார்ச். குளிர்காலத்திற்கு முன்பு ஊசியிலை ஊசிகள் இருந்தபோதிலும், அவை இலையுதிர் மரங்களைப் போலவே சிந்துகின்றன.

ஆர்க்டிக் வட்டத்திற்கு அப்பால் சில பகுதிகளில் குளிர்ந்த காலநிலையில் ஊசியிலை காடுகள் வளர்கின்றன. இந்த இனம் மிதமான காலநிலை மண்டலத்திலும், வெப்பமண்டலத்திலும் உள்ளது, ஆனால் இது மிகவும் குறைந்த அளவிற்கு குறிப்பிடப்படுகிறது.

ஊசியிலையுள்ள மரங்கள் அடர்த்தியான கிரீடத்தைக் கொண்டுள்ளன, அவை சுற்றியுள்ள பகுதியை நிழலாடுகின்றன. இந்த குணாதிசயத்தின் அடிப்படையில், இருண்ட கூம்பு மற்றும் ஒளி ஊசியிலை காடுகள் வேறுபடுகின்றன. முதல் இனங்கள் உயர் கிரீடம் அடர்த்தி மற்றும் பூமியின் மேற்பரப்பின் குறைந்த வெளிச்சத்தால் வகைப்படுத்தப்படுகின்றன. இது கடினமான மண் மற்றும் மோசமான தாவரங்களைக் கொண்டுள்ளது. ஒளி ஊசியிலையுள்ள காடுகள் மெல்லிய விதானத்தைக் கொண்டுள்ளன, இது சூரிய ஒளி தரையில் மிகவும் சுதந்திரமாக ஊடுருவ அனுமதிக்கிறது.

கலப்பு காடுகள்

கலப்பு காடு இலையுதிர் மற்றும் ஊசியிலையுள்ள மர இனங்கள் இருப்பதன் மூலம் வகைப்படுத்தப்படுகிறது. மேலும், ஒரு குறிப்பிட்ட இனத்தில் 5% க்கும் அதிகமாக இருந்தால் கலப்பு நிலை ஒதுக்கப்படுகிறது. கலப்பு காடு பொதுவாக சூடான கோடை மற்றும் குளிர்காலம் உள்ள பகுதிகளில் காணப்படுகிறது. கூம்பு வடிவ காடுகளை விட இங்கு புற்களின் இன வேறுபாடு மிக அதிகம். இது முதலில், மரங்களின் கிரீடங்கள்

வழியாக ஊடுருவி வரும் பெரிய அளவிலான ஒளிக்கு காரணமாகும்

மழைக்காடுகள்

இந்த வகை காடுகளின் விநியோக பகுதி வெப்பமண்டல, பூமத்திய ரேகை மற்றும் துணைக்குழு மண்டலங்கள் ஆகும். அவை பூமியின் முழு பூமத்திய ரேகையிலும் காணப்படுகின்றன. வெப்பமண்டலங்கள் ஒரு பெரிய வகை தாவரங்களால் வேறுபடுகின்றன. புல், புதர்கள் மற்றும் மரங்கள் ஆயிரக்கணக்கான இனங்கள் உள்ளன. உயிரினங்களின் எண்ணிக்கை மிகப் பெரியது, ஒரே மாதிரியான இரண்டு தாவரங்களை அருகருகே வளர்ப்பது அரிது.

பெரும்பாலான மழைக்காடுகளில் மூன்று அடுக்குகள் உள்ளன. மேல் ஒன்று மாபெரும் மரங்களால் ஆனது, இதன் உயரம் 60 மீட்டர் அடையும். அவற்றில் சில உள்ளன, எனவே கிரீடங்கள் மூடப்படுவதில்லை, மேலும் சூரிய ஒளி அடுத்த அடுக்குகளுக்கு போதுமான அளவில் ஊடுருவுகிறது. "இரண்டாவது மாடியில்" 30 மீட்டர் உயரம் வரை மரங்கள் உள்ளன. சில பகுதிகளில், அவற்றின் கிரீடங்கள் அடர்த்தியான விதானத்தை உருவாக்குகின்றன, எனவே குறைந்த அடுக்கின் தாவரங்கள் ஒளி இல்லாத நிலையில் வளர்கின்றன.

லார்ச் காடு

இந்த வகை காடு கூம்பு வடிவமானது, ஆனால் குளிர்காலத்தில் ஊசிகளைக் கொட்டும் திறனில் ஒத்தவற்றிலிருந்து வேறுபடுகிறது. இங்கே மரத்தின் முக்கிய வகை லார்ச் ஆகும். இது ஒரு துணிவுமிக்க மரமாகும், இது ஏழை மண்ணிலும், கடுமையான உறைபனியிலும் கூட வளரக்கூடியது. 80 மீட்டர் உயரத்தை எட்டும் லார்ச் ஒரு ஆழமற்ற கிரீடத்தைக் கொண்டுள்ளது, எனவே இது சூரிய ஒளிக்கு கடுமையான தடையாக இருக்காது.

லார்ச் காடுகள் மிகவும் வளமான மண்ணைக் கொண்டுள்ளன, பல வகையான புதர்களும் புற்களும் வளர்கின்றன. மேலும், குறைந்த இலையுதிர் மரங்களின் வடிவத்தில் பெரும்பாலும் ஒரு வளர்ச்சியடைகிறது:

சைபீரியாவின் யூரல்ஸ், ஆர்க்டிக் வட்டம் வரை இந்த வகை காடு பரவலாக உள்ளது. தூர கிழக்கில் நிறைய லார்ச் காடுகள் உள்ளன. மற்ற மரங்கள் உடல் ரீதியாக இருக்க முடியாத இடங்களில் லார்ச்ச்-கள் பெரும்பாலும் வளரும். இதற்கு நன்றி, அவை இந்த பிராந்தியங்-களில் உள்ள அனைத்து காடுகளுக்கும் அடிப்படையாக அமைகின்றன. பெரும்பாலும் இந்த வகை காட்டில் பணக்கார வேட்டையாடும் மைதா-னங்களும், அதிக எண்ணிக்கையிலான பெர்ரி மற்றும் காளான்களைக் கொண்ட பகுதிகளும் உள்ளன. கூடுதலாக, தொழில்துறை உற்பத்தியின் தீங்கு விளைவிக்கும் அசுத்தங்களிலிருந்து காற்றை நன்கு சுத்தப்படுத்-தும் திறன் லார்ச்சிற்கு உள்ளது.

காடுகள் தரும் பொருட்கள்

உபயோகப்படுத்தப்படும் எரிபொருள் சக்தி பலவற்றில் நகர்ப்புறத்தில் 50 சதமும், கிராமப்புறத்தில் 70 சதமும் பயன்படுத்தப்படுகிறது. பெரும்-பகுதி விறகு காடுகளிலிருந்தே வருகிறது.

நம் நாட்டிலுள்ள ஆதிவாசிகளில் பாதிப்பேர் தங்கள் உணவுக்காக காடுகளையே நம்பியுள்ளனர். இலுப்பை போன்ற சுமார் 100 வகை மரங்கள் இவர்களது உணவுத் தேவையை ஏதேனும் ஒரு வடிவத்தில் பூர்த்தி செய்து வருகின்றன.

நமது நாட்டிலுள்ள கால்நடைகளில் ஏறத்தாழ ஆறில் ஒரு பங்கு விலங்குகள் தீவனத்திற்குக் காடுகளையே முழுவதும் நம்பியுள்ளன.

காகிதம், ரப்பர், தீக்குச்சி, விளையாட்டுக் கருவிகள், பொம்மைகள் போன்றவை தயாரிக்கும் தொழிற்சாலைகள் தங்கள் மூலப்பொருட்களுக்-குக் காடுகளையே நம்பியுள்ளன.

பஞ்சு (இலவம் மரம்), வாசனை எண்ணெய்கள் (சந்தன மரம்), தைல எண்ணெய், சோப்பு தயாரிக்க உதவும் எண்ணெய்கள் (வேம்பு, புங்கம் மற்றும் இலுப்பை), தோல்பதனிட உதவும் டானின், கோந்து, பீடி இலைகள் போன்ற பல உபயோகமான பொருட்களையும் காடுகள் தரு-கின்றன.

இந்தியாவில் வனத்துறையின் கண்காணிப்பில் 12 சதவீத காடுகள் உள்ளன. ஆனாலும் காடுகள் கொள்ளை போவது தொடர்கிறது. நாட்-டில் உள்ள காடுகளில் ஏழில் ஒரு பங்குக்குச் சமமான காடுகள் இமயம-லையில் உள்ளன. மாபெரும் நிழற்குடையாக உள்ள அந்தக் காடுகளும் அழிக்கப்பட்டு வருகின்றன.

நமது வெப்பம் சார்ந்த மின் உற்பத்தி நிலையங்கள், நீர்மின் நிலையங்கள், அணு ஆற்றல் நிலையங்கள் ஆகியவற்றைக் காட்டிலும் காடுகள் தரும் ஆற்றல் அதிகம். விறகை எரிப்பதன் மூலம் 40 சதவீத ஆற்றல் கிடைக்கிறது. விலங்குகளின் எரு மூலமாக 20 சதவீத ஆற்றல் கிடைக்கிறது. ஆனால் அவற்றை நாம் நல்லவிதத்தில் பயன்படுத்திக்கொள்ளவில்லை. எருவை எரிப்பதற்குப் பதிலாக உரமாக விவசாய நிலங்களுக்குப் பயன்படுத்தலாம். அது 20 கோடி ஏக்கர் விவசாய நிலத்துக்குப் பயன்படும். ஆண்டுக்குப் பல நூறு கோடி ரூபாய் மதிப்புள்ள உணவுப் பொருளைக் கூடுதலாக உற்பத்தி செய்ய முடியும்.

காடுகளின் முக்கியத்துவத்தை மக்கள் சரியாகப் புரிந்துகொள்ளவில்லை என்பதே உண்மை. அவை உயிர்த்துடிப்புள்ள ஆற்றல்களஞ்சியமாகும். பூமியையும், இயற்கைச் சமநிலையையும் பாதுகாக்கும் கவசமாகும் காடுகள். எனவே அவற்றின் முக்கியத்துவத்தை உணர்ந்து பாதுகாக்க முயல்வோம்

.

இந்தியா, வங்காளதேசம், மலேசியா, தென்கொரியா ஆகிய நாடுகளில் தேசிய விலங்கு புலி தான். புலிகளை கூட்டமாக காண்பது அரிது. இவை தனிமை விரும்பிகள். மரம் ஏறுதல், நீச்சலடிப்பது, வேட்டையாடி தன்னுடைய உணவுகளை தானே தேடுவது என்று புலிகளை மிஞ்சவே முடியாது. காட்டிற்குள் மனிதர்கள் நடமாட்டத்தை வாசனை மூலமே அறிந்து கொள்ளும். மனிதர்களின் கண்களில் படாமல் இருந்து ஒளிந்து கொள்ளும். ஒரு புலி 32 முதல் 48 கிலோ மீட்டர் சுற்றளவில் தனது எல்லையாகக் கொண்டு, தானே ராஜாவாக வாழும். அவற்றின் எல்லைக்குள் வேறு புலிகள் கால்வைக்க முடியாது. தான் வாழும் இடத்தை சிறுநீரால் எல்லை வகுத்துக் கொள்ளும். புலிகளின் சிறுநீர் மனத்தை வைத்து அது ஆணா? பெண்ணா? என்பதை மற்ற புலிகள் கண்டுபிடித்துவிடும்.

வனப்பகுதிகளில் மனிதர்கள் நடமாட்டம் அதிகரித்தல் மற்றும் வளங்கள் சுருங்குதல் ஆகிய காரணங்களால் அடிக்கடி, மனிதன் வாழும் பகுதிக்குள் புகுந்து கால்நடைகளை வேட்டையாடுகின்றன. இதனால் மனிதன், புலிகளிடையே மோதல் ஏற்படுகிறது. உலகம் முழுவதும் ஒரு லட்சத்திற்கு அதிகமான புலிகள் இருந்தன. அவற்றில் பல், தோல் உள்ளிட்ட பல்வேறு காரணங்களுக்காக வேட்டையாடப்பட்டு

உள்ளன. இதன் விளைவாக புலிகள் அழிவின் விளிம்பில் உள்ளன.

ஈஷா பசுமைக் கரங்கள்

காடுகளில் பல வகை செடிகொடிகள் மரங்கள் மட்டுமல்லாது, பூச்சிகள், வண்டுகள், பறவைகள், விலங்குகள் என பலவித உயிரினங்களைக் காணமுடியும். தற்போது குழந்தைகள் டிஸ்கவரி சேனலிலும், கூகுலிலும் சென்று பல விஷயங்களைத் தெரிந்துகொள்கின்றனர். ஆனால், அவையெல்லாம் நேரடியாக கண்டுணரும் அனுபவத்திற்கு முன் வெகு சாதாரணம்.

அதுபோன்று நான் கண்டு வியந்த பறவைகளில் ஒன்றுதான் 'ஹார்ன்பில்' பறவை. ஹார்ன்பில் பறவையின் இரண்டு வகைளையும் நான் கண்டுள்ளேன். ஒன்று 'தி க்ரேட் இந்தியன் ஹார்ன்பில்' இன்னொன்று 'மலபார் பைடு ஹார்ன்பில்'. அந்தப் பறவை மிகவும் பெரிய ஒன்று. தன் சிறகுகளை விரிக்கும்போது ஆறடிக்கும் மேலே விரியும். அது காடுகளுக்கு மேலே சிறகடித்து பறக்கும்போது அதன் சிறகுகள் எழுப்பும் ஓசை 'உஷ்... உஷ்...' என்று இரைந்தபடி ராட்சத ஒலியாக இருக்கும்.

ஆம்! இதன் சிறப்பு என்னவென்றால், இது அத்தி பழத்தை உண்டு வாழக்கூடியது. சுமார் 150 வகை அத்தி மரங்கள் மேற்குத் தொடர்ச்சி மலைப்பகுதியில் இருக்கின்றன. குரங்குகளும் வேறு பல பறவையினங்களும் அத்திப் பழங்களை உண்டாலும் கூட, ஹார்ன்பில் பறவைகளுக்கு அத்திப் பழங்கள் பிரதான உணவாக உள்ளது.

இந்த அத்தி மரங்கள் ஹார்ன்பில் பறவைகளால் மட்டுமே வெகுதூரத்திலும் தன் இனத்தை பெருக்கிக்கொள்கிறது. இந்த அத்தி பழ விதைகள் கீழே விழுந்து தானே முளைக்காது. ஆம்! நீங்கள் காடுகளுக்கு சென்று அங்கே இருக்கும் அத்திப்பழ விதையை நட்டால் அது முளைக்காது. அவை ஹார்ன்பில் பறவையின் வயிற்றுக்குள் சென்று ஜீரணமாகி வெளிவரும்போது மட்டுமே முளைக்கின்றன.

ஹார்ன்பில் பறவைகள் வெகுதூரத்திற்கு பயணம் செய்வதால், அத்தி மர இனத்தைப் பரப்புவதோடு காடுகளின் பாதுகாவலராகவும் விளங்குகின்றன.

நாட்டின் முன்னேற்றத்திற்கும், மேம்பாட்டிற்கும் வனவளம் மிகவும் முக்கியமானதாகும். மரங்கள் நம் வாழ்வோடும் மதத்தோடும், கலாச்சாரத்தோடும் இணைந்துள்ளன. காங்கோ மற்றும் அமேசான் போன்ற

வெப்ப மண்டலக் காடுகளில் மழை அதிகமாகப் பெய்யக் காரணம் அங்கு மரங்கள் நிறைந்திருப்பது தான். இன்று பெருமளவில் வனங்கள் அழிக்கப்பட்டு விளைநிலங்களாக மாற்றப்பட்டுவிட்டதால் பருவமழை தவற ஆரம்பித்துவிட்டது.

நம் நாட்டிலுள்ள தார், சஹாரா போன்ற பாலைவனங்கள் காடுகள் அழிந்ததால் ஏற்பட்டவைஎன்று கருதப்படுகின்றது. காடுகள் பொதுவாக இரண்டுவிதப் பணிகளைச் செய்து வருகின்றன. நமக்குத் தேவையான பல அத்தியாவசியமான பொருட்களைக் கொடுத்து வருகின்றன. நாம் ஆரோக்கியமான வாழ நமது சுற்றுப்புறச் சூழ்நிலையைப் பாதுகாத்து வருகின்றன. அலையாத்திக் காடுகளின் தன்மை: கடல் நீரிலே வளர்வது போலத் தோன்றினாலும், காடுகளில் உள்ள நீரில் வளரும் மரங்கள் நன்னீர் எனும் நல்ல நீரில் மட்டுமே வளரும் தன்மை கொண்டவை. இவற்றின் அடிப்பரப்பு நிலத்தில் இருந்தாலும், வேர்ப்பகுதிகள் படர்ந்து விரிந்து மண்ணின் மேலே காணப்படும். பலவகையான மரங்கள், குறைந்த வளம் கொண்ட இந்த மண்ணில் நன்கு வளர்கின்றன. உலகின் பல இடங்களில் இதுபோன்ற காடுகள் காணப்பட்டாலும், நமது தேசத்தில்தான், உலகிலேயே இரண்டாவது பெரிய அலையாத்திக்காடுகளாக, சிதம்பரம் நகரை அடுத்த பிச்சாவரம் சதுப்புநிலக் காடுகள் திகழ்கின்றன. அலையாத்திக்காடுகள் கடல் அலைகளில் இருந்து, கடல் அரிப்பில் இருந்து மட்டும் நிலத்தைக் காக்கவில்லை, கடல் கோள் எனும் பனை மர உயரத்திற்கு மேல் எழும்பும் பேரலைகளின் சீற்றத்தில், கடலோர கிராமங்கள் அழிந்துவிடாமல், எத்தனை வேகத்தில் அந்தப் பேரலைகள் வந்தாலும் சமாளித்து, அவற்றின் வேகத்தைக் குறைத்து, பாதிப்பைப் போக்குவதில், சிறந்த எல்லைக் காவலனாகத் திகழ்கின்றன.

மேலும், இந்தக் காடுகளில் உள்ள மரங்கள் மணிக்கு நூற்றைம்பது கிலோ மீட்டர் வேகத்தில் காற்று வீசினாலும், எந்த பாதிப்பும் அடையாமல் அவற்றை எதிர்த்து நிற்கும் ஆற்றல் மிக்கவை. அலையாத்திக் காடுகளில் உள்ள மரங்கள்: இந்தக் காடுகளில் நூற்றுக்கணக்கான வகைகளில் மரங்கள் இருந்தாலும், சில மரங்கள் நெடுநாட்கள் வளர்ந்து பயன்தரும் இயல்புடையவை. அதில் சில தில்லை மரம் மற்றும் சுரபுன்னை மரங்கள் இவை உட்பட அநேக மரங்கள், இந்த நீர்நிலைகளில் வாழும் தன்மை உடையவை. சுனாமியிலிருந்து மக்களைக் காத்த மாங்குரோவ் காடுகள். சுனாமியிலிருந்து கடலில் ஏற்படும் பருவநிலை

மாறுபாடுகளால், தோன்றிய கடல்கோள் எனும் பேரலைகள், காவிரிப்பூம்பட்டினம் எனும் கடல் வணிக மாநகரை, அடியோடு அழித்துவிட்டதாக, வரலாற்றில் படித்திருப்போம். அதை நினைவுபடுத்தும்விதமாக, கடந்த 2004ஆம் ஆண்டு ஆசியக்கடல் பகுதியை துவம்சம் செய்த, சுனாமியை நாம் கண்டு அவற்றின் கோரத்தை, உணர்ந்திருப்போம். அந்த தேசியப் பேரிடரில், சென்னை, கடலூர், நாகை, வேளாங்கண்ணி, காரைக்கால் உள்ளிட்ட பல கடற்கரையோர மக்களின் வாழ்வாதாரம், குடும்ப உறவுகள் அந்தப் பேரலைகளில் பறிபோன துயரங்களை நாம் கண்டு மனம் வருந்தியிருப்போம்.

ஆயினும், இந்தப் பேரலைகள் மாங்குரோவ் காடுகள் உள்ள இடங்களில் தன் கோர முகத்தைக் காட்டமுடியாமல், ஓடியதை நம்மில் பலர் அறிந்திருக்க மாட்டோம். சிறிய பாதிப்பு கூட, அந்தக் கடல்கோள் எனும் பேரலைகளால் ஏற்படவில்லை,

.தற்காலம், சென்னை நகரில் இருந்து ஆரம்பித்து, தமிழகக் கடற்கரையோரம் அலையாத்திக் காடுகளை பரவலாக வளர்த்து வருகிறார்கள். பிச்சாவரம் போல சென்னை மாநகரிலும் அலையாத்திக் காடுகள் இருந்து, அவை நாற்பது ஆண்டுகளுக்கு முன்னரே அழிந்துவிட்டன அலையாத்திக் காடுகளின் பயன்கள் இந்தக் காடுகளில் உள்ள மரங்கள் தங்கள் வேர்கள் மற்றும் தண்டுகளில் உள்ள சிறிய துளைகள் மூலம் காற்றை உறிஞ்சி, காற்றில் உள்ள கார்பனை எடுத்துக்கொண்டு, ஆக்சிஜனை அதிகம் வெளி விடுகின்றன. இதன் மூலம், மக்களுக்கு தடையில்லாமல் பிராண வாயு கிடைத்து, வியாதிகள் அணுகாமல் உடல் ஆரோக்கியம் பெறுகிறார்கள். மாங்குரோவ் காடுகளில் இருக்கும் நீர்வளமும், பசுமை அமைப்பும்

இந்தப் பகுதிகளில், சில வகை மீன்கள் தங்கள் இனப்பெருக்கத்தை அதிகரிக்கக் காரணமாகின்றன. மேலும் கடல் வாழ் உயிரினங்கள் பல இந்த நிலப்பரப்பை ஒட்டி வாழ்வதால் கடல் வளம் காக்கப்படுகிறது. கிட்டத்தட்ட மூன்றாயிரம் ஏக்கர் நிலப்பகுதியில் சிறிய தீவுகள் போன்ற மனற்த்திட்டுகளைக் கொண்டு விளங்கும் பிச்சாவரம் காடுகளில் வருடந்தோறும் இருநூற்றுக்கும் மேற்பட்ட வெளிநாட்டுப் பறவைகள் கூட்டமாக வருவதைக் காண, சுற்றுலாப் பயணிகள் அதிகம் கூடுவர்.

நன்மைகள் :

மாங்குரோவ் காடுகள் மனிதர்களுக்கும், மற்றும் அங்குள்ள உயிரினங்களுக்கும் அநேக நன்மைகள் செய்கின்றன. அலையாத்திக்காடுகளில் வளரும் மரங்கள் பல்வேறு மருத்துவ குணங்களைக் கொண்டவையாகும், அதில் காணப்படும் தில்லை மரங்கள், ஒரு காலத்தில் சிதம்பரம் நகரில் பரவலாக இருந்தவை, நடராஜர் திருக்கோவில் தல மரமாக விளங்குபவை. அவை காலவெள்ளத்தில், பிச்சாவரம் காடுகளில் தற்காலம் அதிக அளவில் காணப்படுகின்றன. சிதம்பரம் நகருக்கு அருகில் கொள்ளிடக்கரையில் காணப்பட்ட ஆச்சாள் மரங்களும், தில்லை மரமும் வெவ்வேறு பெயர்கள் கொண்ட ஒரே மரமாக விளங்குகிறது..

மருத்துவப் பலன்கள். மருத்துவப் பலன்கள். ஆச்சாள் மரங்கள் எனும் தில்லை மரங்கள் மற்றும் சுர புன்னை மரங்களின் இலைகள் மற்றும் அவற்றின் வேர்கள் இந்த நீர்நிலைகளில் பரவி இருப்பதால், இதை ஒட்டிய பகுதிகளில் வாழும் மீனவ மக்களுக்கு, எந்த உடல் நல பாதிப்பும் ஏற்படுவதில்லை என்றும் வியாதிகள் அணுகாமல் அவர்களின் உடலை இந்த மரங்களின் ஆற்றல் கொண்ட காற்று, பாதுகாக்கிறது என்று கூறுகின்றனர்.

சரும வியாதிகள் அகல :: தில்லை மரத்தின் இலைகள் சரும வியாதிகளின் பாதிப்பைக் களைவதிலும், சுரபுன்னை மரத்தின் இலைகள் கொடிய வியாதிகள் அணுகாமல் காப்பதிலும் பெரும்பங்கு வகிக்கின்றன. தில்லை மரம், நடராஜர் திருக்கோவில் தல மரம் மட்டுமல்ல, மக்களை இயற்கைப் பேரிடர்களில் இருந்து காக்கும்,

காடுகள் தரும் பொருட்கள்

உபயோகப்படுத்தப்படும் எரிபொருள் சக்தி பலவற்றில் நகர்ப்புறத்தில் 50 சதமும், கிராமப்புறத்தில் 70 சதமும் பயன்படுத்தப்படுகிறது. இந்த விறகில் பெரும்பகுதி விறகு காடுகளிலிருந்தே வருகிறது.

நம் நாட்டிலுள்ள சுமார் 4 கோடி ஆதிவாசிகளில் பாதிப்பேர் தங்கள் உணவுக்காக காடுகளையே நம்பியுள்ளனர். இலுப்பை போன்ற சுமார் 100 வகை மரங்கள் இவர்களது உணவுத் தேவையை ஏதேனும் ஒரு வடிவத்தில் பூர்த்தி செய்து வருகின்றன.

நமது நாட்டிலுள்ள கால்நடைகளில் ஏறத்தாழ ஆறில் ஒரு பங்கு விலங்குகள் தீவனத்திற்குக் காடுகளையே முழுவதும் நம்பியுள்ளன.

காகிதம், ரப்பர், தீக்குச்சி, விளையாட்டுக் கருவிகள், பொம்மைகள் போன்றவை தயாரிக்கும் தொழிற்சாலைகள் தங்கள் மூலப்பொருட்களுக்-

குக் காடுகளையே நம்பியுள்ளன.

பஞ்சு (இலவம் மரம்), வாசனை எண்ணெய்கள் (சந்தன மரம்), தைல எண்ணெய், சோப்பு தயாரிக்க உதவும் எண்ணெய்கள் (வேம்பு, புங்கம் மற்றும் இலுப்பை), தோல்பதனிட உதவும் டானின், கோந்து, பீடி இலைகள் போன்ற பல உபயோகமான பொருட்களையும் காடுகள் தருகின்றன.

காடுகள் அழிப்பு

தொழிற்சாலைகளிலும், உற்பத்தி நிலையங்களிலும், வீடுகளிலும் பலவகையான எரிபொருட்கள் நாள்தோறும் எரிக்கப்படுகின்றன. தொழிற்சாலைகளில் நாள்தோறும் டன் கணக்கில் நிலக்கரி எரிக்கப்பட்டு வெப்பமும், புகையும் காற்றில் கலக்கிறது. காற்றில் இருக்கும் ஆக்சிஜனை உயிர்வாழும் அத்தனை ஜீவராசிகளும் சுவாசித்து தீர்த்து விடுகின்றன. மரங்கள் மட்டும் தான் காற்றில் கலந்த கார்பன்டை ஆக்சைடு வாயுவை கிரகித்துக்கொண்டு, சுவாசிப்பதன் மூலமாக ஆக்சிஜனை வெளியேற்றுகின்றன. இவைகள் காற்று மண்டலத்தில் இருந்து உறிஞ்சிக் கொள்ளும் கரியமிலவாயு உணவு தயாரிப்பில் உபயோகப்படுகிறது இதனால் சுற்றுப்புறக் காற்றின் வெப்பநிலை வெகுவாகக் குறைந்து விடுகிறது.

ஆனால் ஒரு நாளில் தொழிற்சாலைகளும், மனிதர்களும், விலங்குகளும் வெளிவிடும் கார்பன்டைஆக்சைடு முழுவதையும் உறிஞ்சிக் கொள்ளும் அளவிற்கு உலகத்தில் மரங்களின் எண்ணிக்கை இல்லை.

நாம் தான் நமது சுயத்தேவைகளுக்காக, லாப நோக்கத்திற்காக, அறியாமையின் காரணமாக கண்ணில் பட்ட மரங்களை எல்;லாம் வெட்டி சாய்த்து வருகின்றோமே. இவ்வாறு அதிகப்பரப்பில் இருந்த காடுகள் சென்ற நூற்றாண்டின் இறுதிக்குள் பாதிக்கு மேல் அழிந்து விட்டன.

மரம் என்றால் உயிர், இன்னும் சொல்லப்போனால் அதுவே நமக்கும் விலங்கு பறவைகளுக்கும் வாழ்வாதாரம். சிலபேர் நினைக்கிறார்கள், காடு இருப்பதால் யாருக்கு என்ன லாபம்? மரங்களை வெட்டி விற்றால் நிறைய பணம் சம்பாதிக்கலாம். காடுகளை அழித்து குடியிருப்புக்களைக் கட்டினால் கோடிக்கணக்கில் சம்பாதிக்கலாம். இந்த எண்ணம் தவறானது,

இது போன்ற தவறான எண்ணத்தினால் தான் இதுவரையில் உலகத்தில் உள்ள காடுகளில் பாதிக்குமேல் அழிந்து விட்டது. காடுகள் சோலைவனங்கள் இந்த சோலைவனங்கள் அழியுமானால் நாம் பாலைவனத்தில் தான் வசிக்க வேண்டும்.

ஒரு காடு அழியும் போது வெறும் மரங்கள் மட்டும் அழிவதில்லை, அங்கிருக்கும் அத்தனை தாவரங்கள், மூலிகைகள், பறவைகள், விலங்குகள், பூச்சிகள், புழுக்கள், எண்ணற்ற நுண்ணுயிர்கள் ஆகியவை எல்லாமே ஒட்டுமொத்தமாக அழிந்து விடுகின்றன. இதனால் ஏற்படும் நஷ்டம் சொல்லிமாளாது.

சிலர் காடுகளை அழித்து மரம் செடிகொடிகளை விற்று பணம் சம்பாதிக்கிறார்கள், இன்னும் சிலர் காட்டு விலங்குகளை வேட்டையாடி அவற்றின் கொம்பு, தந்தங்கள், தோல் ஆகியவற்றை விற்று பெரும் பணம் சம்பாதிக்கிறார்கள். மிருகங்களும், பறவைகளும் அழிவதைப்பற்றி அவர்கள் கவலைப்படுவதே இல்லை. காடு அழிவதால் சுற்றுச்சூழல் அழிகிறது, பருவநிலையில் விரும்பத்தகாத மாற்றங்கள் ஏற்படுகின்றன.

காடுகளை அழிப்பதால் ஏற்படும் விளைவுகள்

மண் அரிப்பு - தற்பொழுது காடுகளின் அழிவின் காரணமாக மண் அரிப்பு தவிர்க்க இயலாத பிரச்சினையாக மாறிவருகிறது. மண் அரிப்பு ஏற்படுவதால் விவசாயம் பெரிதும் பாதிப்பு அடையும். வருடந்தோறும் சுமார் 40 ஆயிரம் ஹெக்டேர் நிலங்கள் மண்அரிமானத்தின் காரணமாக எதுவும் விளையாத வறட்டு நிலமாக மாறிவருகிறது.

பாலைவனங்கள் உருவாதல் - காடுகளின் அழிப்பினால் நிலத்தில் எந்த உயிரினமும், நுண்ணுயிர்களும் வாழ முடிவதில்லை. மண்ணின் உயிரியல் வளம் அழிவதால் அந்த நிலம் எதற்கும் பயன்படாமலும், எதுவும் விளையாமலும் பாலைவனமாக மாறுகிறது.

மழைபொழிவு பாதிப்பு - மரங்களின் அழிவால் காற்று மண்டலத்தில் கார்பன்டை ஆக்சைடின் அளவு அதிகமாகிவிடுகிறது இதனால் மழை குறைந்து வறட்சி ஏற்படுகிறது.

குறைந்து வரும் மரத்தின் அளவு - தொழில்களுக்குத் தேவைப்படும் மரத்தின் எண்ணிக்கை ஆண்டுதோறும் குறைந்து கொண்டே வருகிறது. இதனால் வீட்டு உபயோகப் பொருட்களான நாற்காலி, மேசை, கட்டில், பீரோ போன்றவை செய்யும் தொழில்கள் நலிந்து விட்டன.

வறட்சி - மழை பொழியும் பகுதிகளில் உள்ள காடுகள் அழிக்கப்படுவதால் ஓடைகள் வறண்டு விடுகின்றன. ஆறுகளில் வறட்சிக் காலங்களில் மிகக்குறைந்த அளவே தண்ணீர் இருக்கிறது. இந்தக் காரணங்களினால் வறட்சிக்கு வழி ஏற்பட்டு விடுகிறது.

வண்டல் - மலைகளில் இருந்து அரித்துக்கொண்டு வரப்படும் மண் நீர்த்தேக்கங்களிலும், ஆற்றுப்படுகைகளிலும் குவிக்கப்படுகிறது. மலையில் இருந்து வரும் மழைநீரைத் தடுப்பதற்கு காடுகள் இல்லாத காரணத்தினால் இந்த அவலநிலை ஏற்படுகிறது. ஆகவே வண்டல் மண் தேவையில்லா இடங்களில் சேமிக்கப்பட்டு வீணாகிறது. அதுமட்டும் இல்லாமல் மின்சக்தியின் தயாரிப்பும் குறைகிறது.

மண்ணின் தன்மையை அழிக்கிறது - காடுகள் மண்ணின் தன்மை கெடாமல் பாதுகாத்து வருகின்றன. காடுகளும் மரங்களும் மலைப்பகுதிகளில் அமைந்துள்ள மண்ணின் தன்மையை மண்அரிமானம் ஏற்படாமல் காப்பதன் மூலமாக பாதுகாத்து வருகின்றன. காடுகளை அழிப்பதால் மண்அரிமானம் ஏற்படுகிறது இதனால் மண் அதன் தன்மையை இழந்தும் விடுகிறது.

பல்லுயிரின மாறுபாட்டின் இழப்பு - ஒரு தாவரம் அழிக்கப்பட்டால் அதை நம்பி வாழும், அண்டி வாழும் நாலுவகை உயிரினங்களின் அழிவுக்கு காரணமாக அமைந்து விடும். சீனக் காடுகளில் மூங்கில் குருத்துக்களை மட்டுமே சாப்பிட்டு வாழும் பாண்டா கரடிகள் தற்போது அரிதாகிவிட்டன இதன் காரணம் என்ன ? மூங்கில் காடுகள் அழிக்கப்பட்டு விட்டது தான்.

வேலையில்லாத் திண்டாட்டம் - காடுகளின் அழிப்பினால் காடுகளை நம்பிவாழும் மக்களின் வாழ்வாதாரம் அழிக்கப்படுகிறது. இதனால் இவர்களும் வேலைதேடி நகரத்திற்கு வருகின்றனர். இது வேலையில்லாத் திண்டாட்டத்தை மேலும் அதிகரிக்கிறது.

ஆலமரம் என்பது மிகவும் விசேஷமான மரம். ஆல் போல் தழைத்து அருகு போல் வேரோடி என்று வாழ்த்துவார்கள். தழைத்தோங்கி நிற்பதற்கு ஆலமரத்தைத்தான் குறிப்பிடுவார்கள். அதற்கு நிகராக எதையும் சொல்ல முடியாது. அடுத்து, ஆலமரத்தின் கீழ் எதுவும் முளைக்காது என்று பெரியவர்கள் சொல்வார்கள். அப்படியே முளைத்தாலும் அது பூக்காது, காய்க்காது, கனியாது என்பார்கள். ஏனென்றால், ஆலமரம் இருக்கும் இடத்தில் மற்ற செடிகள் ஓங்கி உயரவோ, வளரவோ முடி-

யாது. அதுபோன்ற சக்தி கொண்டது ஆலமரம்.

அடுத்ததாக, ஆலும் வேலும் பல்லுக்குறுதி, நாலும் இரண்டும் சொல்லுக்குறுதி என்று சொல்வார்கள். கருவேல மரத்தின் குச்சி, ஆலமரத்தின் குச்சி ஆகிய இரண்டாலும் பல் துலக்கும் போது பல்லினுடைய ஈறுகள் வலுவடைகிறது. குறிப்பாக ஆலங்குச்சியில் ஒருவிதமான துவர்ப்புத் தன்மையைக் கொடுக்கும். மேலும், அதில் கொஞ்சம் பாலும் இருக்கும். இந்தப் பால் தேய்க்கத் தேய்க்க பல்லுக்கு இயற்கையான உரத்தைக் கொடுத்து சக்தியைக் கொடுக்கிறது. அதனால்தான் அதுபோன்ற பழமொழி சொன்னது.

தவிர, ஆலமரங்கள் சில கோயில்களுக்கு தல விருட்சங்களாகவும் இருக்கிறது. அடுத்து, ஆலமரத்தின் கீழ் உட்கார்ந்து தவம் செய்தால் சிலதெல்லாம் சித்தியாகும். அரச மரத்தை போதி மரம் என்று சொல்கிறோம். ஆனால், இலங்கை அனுராதாபுரத்தில் உள்ள போதி மரம் ஆலமரம்தான்.

மேலும், அதன் இலைகள், பட்டைகள் இதற்கெல்லாம் நிறைய மருத்துவ குணம் உண்டு. இலைக் கசாயம் சளித் தொந்தரவை நீக்கவல்லது. பட்டைகள் உள்ளுக்குள் இருக்கும் இரணத்தை ஆற்றக்கூடியது. வாய்ப்புண் போன்றவற்றை ஆலமரத்தில் இருந்து வடியும் பால் குணமாக்கும். ஆலம் பட்டைகள் ஆணின் உயிரணுக்கள், விந்தணுக்களை வலுப்படுத்தக்கூடிய சக்தி உண்டு. ஆலம் பழத்தை பதப்படுத்தி உண்பவர்களும் உண்டு.

சில எல்லைத் தெய்வங்களுக்கு ஆலம் பழம் நெய்வேத்தியமாக இருக்கிறது. தவிர, ஆலமரங்கள் இருந்த இடத்தில் முனிவர்கள், சித்தர்கள் அமர்ந்து அந்தக் காலத்தில் தவம் செய்திருக்கிறார்கள். பொதுவாக குளிர்ச்சியான இடத்தைத் தேடி அவர்கள் உட்காருவார்கள். சாதகமான சக்தியையும் தரக்கூடியது ஆலமரம்.

மேலும், ஆலமரத்தின் விழுதுகளுக்கென்று ஒரு தனி சக்தி உண்டு. அந்த விழுதுகள் படர்ந்திருப்பதைப் பார்த்தாலே ஒரு சாத்வீகத் தன்மை உண்டாகும்.

அதனால், ஆலமரம் என்பது ஒரு சக்தி வாய்ந்த மரம். அதனை வைத்து பராமரித்தால் ஆக்சிஜன், ஓசோன் அனைத்துமே முழுமையாகக் கிடைக்கும். மழை, நிழல் மட்டுமல்ல... பறவைகளுக்கு வசிப்பிடமும், கால்நடைகளுக்குத் தழையும், மனிதர்களுக்குச் மண்ணரிப்பையும்

தடுத்து,

இப்படி எல்லோருக்கும் எல்லாமும் தரும். புயல், மழை போன்ற இயற்கைச் சீற்றங்களால் அழிந்து விடும்.. அது இயற்கை. அதை, மாற்ற முடியாது. ஆனால், சாலை விரிவாக்கம், வீடு கட்டுதல், உயர் அழுத்த மின்பாதை கோபுரம் அமைத்தல் போன்ற காரணங்களால் அகற்றுகிறார்கள். அதனால், சுற்றுப்புறச் சூழல் பாதிப்படைகிறது... வெப்பச்சலனம் ஏற்படுகிறது... மழைப்பொழிவு குறைகிறது. நீரின்றி அமையாது உலகு' என்று சொல்கிறோமே தவிர, கவனம் செலுத்துவது இல்லை.

பசுமை அமைப்புகள்

தண்ணீர் ஊற்றி ஒழுங்காகப் பராமரிக்க வேண்டும்' சுற்றுப்புறச் சூழலுக்காகவும், நீர் மேலாண்மைக்காகவும் 'பசுமை கலாம் திட்டம்' மூலம் மரங்களை வளர்க்கும் விழிப்பு உணர்வை மாணவர்கள், கிராமத்து மக்களிடம் ஏற்படுத்த வேண்டும்.

19-ம் நூற்றாண்டில் ஜெகதீஸ் சந்திரபோஸ் என்ற இந்திய விஞ்ஞானி உணர்ச்சி, அறிவு நிலைகளை எடுத்துக்காட்டி மெய்ப்பித்தார். அவற்றைப் பிற விஞ்ஞானிகள் ஏற்றுக்கொண்டனர். 'புல்லும் மரனும் ஓரறிவு

சிந்துவெளி நாகரிகத்தில் வழிபாடு!

பழங்குடி மக்களிடையே பெரும்பாலும் குலமரபுச் சின்னங்களாக மரங்களை மூவேந்தர்களாகிய சேரன் (பனை), சோழன் (அத்தி), பாண்டியன் (வேம்பு). சிந்துவெளி நாகரிகத்தில் வழிபாடு இடம்பெற்றுள்ளது. அவர்களின் முத்திரைகளில் என் (அரச மரங்கள்தான்.) அசோக சக்கரவர்த்திகூட சாலை ஓரங்களில் வளர்க்கச் செய்தார் என வரலாறு குறிப்பிடுகிறது.

அந்தக் காலத்தில் மரங்களை வணங்கி இருக்கிறார்கள். இன்றும் வழிபட்டு வருகிறார்கள். சுபகாரியங்கள் அனைத்துக்கும். ஆல், அரசு, வேம்பு 'மும்மரங்கள்' என அழைக்கப்பட இவற்றுக்குக் கீழேதான் தெய்வப் படங்களைவைத்து மனிதர்கள் வழிபட்டு வருகின்றனர். அதேபோல் மருத்துவத்துக்கும் பயன்படுகிற்து..

"`மரம் வளர்த்தால், மழை வரும்
மரம் நடுவோம், மழை பெறுவோம்."

இந்த வாசகத்தைப் பார்க்காதவர்களே இருக்க முடியாது. இன்றைய தேதியில் ஒருவர் சமூக மற்றும் சுற்றுச்சூழல் சேவை என்று இறங்கி-விட்டாலே அவர் முதலில் செய்ய வேண்டியதாகப் பரிந்துரைக்கப்படுவது

உண்மையிலேயே மரம் நட்டால் மழை வருமா?

மழை வருவதால் மரம் வளர்கிறதா, மரம் வளர்ப்பதால் மழை பெய்-கிறதா?

ஒவ்வொரு மரத்திலும் இலைகள் இருக்கும். அந்த இலைகளில் துளைகள் இருக்கும். துளைகள் என்றால் ஓட்டைகள்தானே என்று இலைகளில் எங்கே ஓட்டைகளைக் காணோமென்று தேடத் தொடங்கி-விடாதீர்கள். அது நுண்ணோக்கியில் பார்த்தால் மட்டுமே தெரிந்துகொள்-ளும் அளவில் மிக நுண்ணியதாக இருக்கக்கூடிய நுண்துளைகள். அது இலைகளில் மட்டுமில்லை, மரத்தின் தண்டுகளிலும் இருக்கும். விளக்க எளிமையாக இருப்பதற்காக நாம் இப்போதைக்கு இலைகளை வைத்தே பேசுவோம். அந்த நுண்துளைகளின் மூலம்தான் மரம் தனக்குத் தேவை-யான வாயுக்களை கிரகித்துச் சுழற்சி முறைகளில் வெளியேற்றுகிறது.

இலைகளிலுள்ள துளைகள் மரம் சுவாசிப்பதற்கு மட்டும் உதவுவ-தில்லை. மரங்களின் வியர்வையை வெளியேற்றவும் உதவுகிறது. என்ன, மரங்களுக்கு வியர்க்குமா?

கேட்பதற்கே விசித்திரமாக இருக்கின்றதா! ஆம், மரங்களுக்கும் வியர்க்கும். நம் உடலிலிருந்து ஏன் வியர்வை வடிகின்றது? மனித உடல் வியர்வையை வெளியேற்றுவதன் மூலம் தன்னைத் தானே குளிர்வித்-துக்கொள்கின்றது. அதுபோலத்தான் மரங்களும். மரங்கள் தாம் உறிஞ்-சும் நீர்ச் சத்து முழுவதையும் வைத்துக்கொள்வதில்லை. அதைத் தன் ஆற்றல் தேவைக்குத் தகுந்தாற்போல் பயன்படுத்திக்கொண்டு மீதமாகும் நீரை இலைகளின் துளைகள் வழியாகச் சிறிது சிறிதாக வெளியேற்றி-விடுகின்றன. அப்படி வெளியேறும் நீர்ச்சத்து வளிமண்டலத்தில் கலந்து ஈரப்பதத்தை அதிகப்படுத்துகின்றது.

அந்த ஈரப்பதத்தை உறிஞ்சும் மேகங்கள்தான் மீண்டும் மழையாகப் பெய்கின்றது. ஆனால், இந்தச் செயல்முறை மழையாக மாறுவதற்குத் திரும்பிய பக்கமெல்லாம் மரங்களை நட்டுக்கொண்டே போனால் மட்டும் போதாது.

மரங்கள் மழையைக் கொடுக்க வேண்டுமென்றால், நமக்குத் தேவை காடுகள். நகரங்களில் வெயில் வெறியாட்டம் ஆடிக்கொண்டிருக்கும்.

அதிலிருந்து தப்பிக்க நகரவாசிகள் தேர்தெடுக்கும் விஷயங்களில் சமீபகாலமாக அதிகமாகியுள்ள ஒன்று காடுகளுக்குப் பயணிப்பதும் மலையேற்றம் மேற்கொள்வதும். இங்கும் அதே வியர்வைதான். அங்கும் அதே வியர்வைதான். பின்னர் ஏன் மலையேற்றம் செல்கிறார்கள்.. அது எப்படி, நகரங்களில் வெப்பம் தாங்காமல் நாம் தவிக்கும்போது அங்கு மட்டும் அவ்வளவு குழுமையாக இருக்கலாம்! என்ன செய்வது அதுதான் காடுகளின் மகிமை.

ஒற்றை மரம் ஒரு நாளைக்குத் தோராயமாகச் சுமார் 300 லிட்டர்கள் வரை தண்ணீரை வியர்வையாக வெளியேற்றுகிறது. ஒரு மரத்துக்கே சில நூறு லிட்டர்கள் என்றால், நினைத்துப் பாருங்கள் அது ஒரு காடு. அங்கு எத்தனை ஆயிரம் மரங்கள் இருக்கின்றன! அத்தனை ஆயிரம் மரங்களும் வியர்வை சிந்தும்போது அந்தக் காற்று எவ்வளவு குளிர்ச்சியாக இருக்க வேண்டும். அப்படித்தானே இருக்கிறது.

அமேசான் காட்டில் நினைத்த நேரமெல்லாம் மழை பெய்யும் என்று கூறுவார்கள். சொல்லப்போனால், அங்கிருக்கும் மரக்கூட்டங்கள் வெளியிடும் நீரைச் சேமித்து வைக்க முடியாமல், "இந்தாங்கடா உங்க தண்ணிய நீங்களே வச்சுக்கங்க" என்ற பாணியில் மேகமே கொட்டித் தீர்க்கிறது என்றுதான் சொல்ல வேண்டும்.

மரங்கள் எப்போதுமே தனக்குத் தேவையான நீரைவிடப் பல மடங்கு அதிகமான நீரை உறிஞ்சிக்கொள்ளும். அந்த உபரி நீர் அவ்வளவும் வெளியாகி ஈரப்பதமாகக் காற்றில் கலந்துவிடுகிறது. உதாரணத்துக்கு ஒரு மரம் 10,000 லிட்டர்கள் நீரை உறிஞ்சினால் அதில் அதற்குத் தேவையான நீர் என்னவோ ஆயிரம் முதல் இரண்டாயிரம் லிட்டர்கள் மட்டும்தான். அதை மட்டும் எடுத்துக்கொண்டு மீதம் 8,000 லிட்டர்களை காற்றுக்குக் கொடையளித்துவிடும்.

அந்த உபரி நீர்தான் காற்றைக் குளிர்வித்து நம்மையும் குளிர்விக்கிறது. அந்த உபரி நீரைக் கிரகித்துக்கொண்டுதான் மேகங்களும் மழையை நமக்குக் கொடையளிக்கின்றன.

மரம் வளர்ப்போம் மழை பெறுவோம். கன்றுகளை நட்டபின் அதைத் தொடர்ச்சியாகப் பராமரித்து முழுமையாக வளர்ப்பதில் தன்னார்வலர்களும் தன்னார்வ அமைப்புகளும் முழுவீச்சில் செயல்படுகின்றன.

மழை வர, மரத்தை நட்டால் மட்டும் போதாது. அதைப் பராமரிக்க வேண்டும். அதுமட்டுமல்ல, காடுகளை அழித்துவிட்டு மரங்கள் வளர்த்-

துப் பிராயச்சித்தம் தேடிக்கொள்ளலாம் என்ற கார்ப்பரேட் மனநிலை வளர்ந்துகொண்டிருக்கிறது. இது நடைமுறையில் சாத்தியமென்றால்,

ஏன் யானைகள் கிராமங்களுக்குள் நுழைகின்றன? ஏன் களைச்செடிகளால் சாப்பிட உணவின்றி மான்கள் குறைந்துவிட்டன? இரை கிடைக்காமல் சிறுத்தைகள், புலிகள் ஏன் ஊருக்குள் வருகின்றன?

காடுகள் உயிர்த்திருக்க இவற்றின் இருப்பு அவசியம். அதன் உயிர்ப்புதான் நமக்கு மழையைப் பெற்றுத்தரும். தன்னார்வலர்களின் மரம் நடும் முயற்சிக்கும் பன்னாட்டு உள்நாட்டு நிறுவனங்களின் மரம் நடும் முயற்சிக்கும் இடையே உள்ள வேறுபாடுகளை நாம் உணர வேண்டும்.

தன்னார்வலர்கள், ஊர்களுக்குள் மரம் நடுவது மழை வருவதற்காக மட்டுமல்ல. வெயில் காலங்களில் மக்களின் வெப்பத்தைக் குறைக்க அவற்றின் இருப்பு தேவை என்பதால். அவை, அதுபோக மழை பெய்வதிலும் ஓரளவுக்குப் பங்கு வகிக்கின்றன. அதுதவிர்த்துக் காடுகளின் குரலாக அவர்கள் ஒலித்துக்கொண்டும் இருக்கிறார்கள்.

மரங்கள் இல்லாமல் மனிதர்களின் வாழ்க்கை இல்லை, உலகில் பிறக்கும் ஒவ்வொருவரும் சுவாசிக்க மட்டுமல்லாமல் பல்வேறு தேவைகளுக்கும் மரத்தை சார்ந்தே இருக்கிறோம். மக்கள் தொகைப் பெருக்கம் மரங்களின் தேவையை அதிகரித்ததோடு மரங்களின் அழிவிற்கும் காரணமாகிவிட்டது. நாம் அழித்த மரங்களை நாமே மீட்டெடுக்க வேண்டிய காலகட்டத்தில் தற்போது இருக்கிறோம். இந்நிலையில் மரவளர்ப்பை ஊக்குவிக்கும் வகையில் விவசாய மற்றும் தரிசு நிலங்களில் டிம்பர் மரங்கள் சாகுபடி குறித்த பயிற்சியை *ஈஷா வேளாண் காடுகள் திட்டம்* நடத்தி வருகிறது.

வேப்ப மரம் வளர்த்தும் வெற்றி பெறலாம்

ஒரு காலத்தில் நம் நாடு முழுவதும் வேப்ப மரங்கள் இருந்ததினால் நம் முன்னோர்கள் பலமாகவும் ஆரோக்கியமாகவும் வாழ்ந்தனர். வேப்ப மரம் எல்லா இடங்களிலும் சாதாரணமாக வளரக்கூடியது. குறைந்த பட்சம் கால் ஏக்கரிலாவது விவசாயிகள் வேப்பந்தோப்பை உருவாக்க வேண்டும். காக்கை இடும் எச்சத்தில் உள்ள வேப்ப விதைகள் நன்றாக முளைக்கும். வேம்பு சுற்றுச்சூழலுக்கு உதவுவதோடு வருடாவருடம் வேப்பங் கொட்டையைத் தருகிறது. வேப்பங்கொட்டை விற்பனை மூல-

மாகவே வருமானம் வருகிறது.

தென்னையில் ஊடுபயிராக ஜாதிக்காய் போன்ற மரங்களை சாகுபடி செய்வதினால் தென்னைக்கு எந்த பாதிப்பும் இல்லை. மரப்பயிர்களின் இலைகள் தென்னைக்கு நல்ல உரமாக மாறுகிறது.

வளமான வருமானம் தரும் வாகை

நமது நாட்டு மரங்களுக்கு நல்ல விலை கிடைக்கும்போது நாம் ஏன் மற்ற மரங்களை நாடிப்போக வேண்டும். தென்னையில் ஊடுபயிராக மலைவேம்பை பயிர் செய்தால் நல்ல வருமானம்.

இருபது முப்பது வருஷமா பாதுகாத்து வளர்த்த மரத்துக்கு நியாமான விலை விவசாயிகளுக்கு கிடைக்க வேண்டும் என்றால் அவர்களே மரத்தை விற்க வேண்டும். வியாபாரிகளிடம் விற்க முயன்றால் அவர் மரத்தைப் பார்த்து இது கோணல் மரம், ஓட்டை, வெடிப்பு என பல்வேறு காரணங்களைக்கூறி அடிமாட்டு விலைக்கே மரத்தை வாங்குவார். அதனால் இடைத்தரகர்களிடமோ வியாபாரிகளிடமோ மரத்தை விற்பனை செய்வதைத் தவிர்க்க வேண்டும்.

மரப்பயிர்களில் ஊடுபயிராக மிளகு

எந்த வகையான டிம்பர் மரத்திலும் மிளகை ஊடுபயிராக சாகுபடி செய்ய முடியும். தென்னையிலும் மிளகு நன்றாக படர்ந்து வளர்கிறது. மிளகு நடவுசெய்து மூன்று வருடத்தில் காய்க்கத் தொடங்கிவிடும். விவசாயிகளுக்கு மிளகு நல்ல வருமானம் தரக்கூடிய சிறந்த ஊடுபயிராகும்.

தேக்கு மரத்திற்கு அனுமதி பெற்று விவசாயிகளே வெட்டிக்கொள்ளலாம். ஈட்டி மரம் வெட்ட தற்போது அனுமதியில்லை. சந்தனம், செஞ்சந்தனம் நன்றாக முற்றியிருந்தால் வனத்துறையே வெட்டி எடுத்துக் கொண்டு 80 சதவிகித பணத்தை விவசாயிகளுக்குக் கொடுப்பார்கள். பட்டியல் மரங்களைத் தவிர மற்ற அனைத்து மரங்களையும் VAO விடம் சான்றிதழ் பெற்று விவசாயிகளே வெட்டிக்கொள்ளலாம். மரங்களை ஓரிடத்தில் இருந்து மற்றோர் இடத்திற்கு கொண்டு செல்லும்போது இந்த சான்றிதழ் மிகவும் அவசியம்.

காலையில் எழுந்ததும் மரத்தின் முகத்தில் விழிப்பது மகிழ்ச்சியைத் தரும். ஒற்றைக் காலால் நின்று ஒவ்வொரு மரமும் ‘என்னைப் பார் உன் ஆயுள் கூடும்’ என்ற உண்மையை உரக்கச் சொல்கின்றன. மரங்களைப்பார்க்கும் போதும், மரங்களோடு பேசும் போதும் நாம் இளமையாகி விடுகிறோம். மரம் என்ற ஒற்றைச் சொல் பசுமையை, வளமையை, மனிதன்

வாழ்க்கையைக் குறிக்கிறது.'மனம் போல் வாழ்வு' என்ற வாசகம் இன்று 'மரம் போல் வாழ்வு' என்றாகி வருகிறது.

ஆம்! மரங்கள் பசுமையாக இருக்கும் போதெல்லாம் மனித வாழ்க்கை வளமையாக இருக்கிறது. தன் வீட்டைச் சுற்றி மரம் வைத்துஇருப்பவர் இந்த உலகின் மிகப் பெரும் செல்வந்தராக மாறிவிடுகிறார்.மரத்தைத் தேடி வரும் பறவைகள், தங்கள் மகிழ்ச்சியை ஒலி எழுப்பிச் சொல்கின்றன. வாகனங்களின் பேரொலியைக் கேட்டு காயம் பட்டுப்போன மனித மனத்தை மயிலிறகால் வருடுவது போல் வருடி, மனம் திருடுகின்றன பறவைகள். பறவைகளுக்கு மட்டுமல்ல, பல மனிதர்களுக்கும் மரங்கள்தான் வீடுகள்.பயணத்தை இனிமையாக்கும் 'ஒரு குடம் தண்ணி ஊத்தி ஒரு பூ பூத்ததாம்' என பாடலோடு ஒரு விளையாட்டு விளையாடி இருக்கிறோம்.

இருவர் எதிரெதிரே நின்று, இரண்டு கைகளையும் கோர்த்து தலைக்கு மேலே கோபுரம் போல் உயர்த்தி நிற்க, சிறுவர்கள் அவர்களிருவருக்கும் இடையில் உள்ள இடத்தில் ஒவ்வொருவராக நடந்து செல்வார்கள். சாலையின் இருபுறமும் நிற்கும் மரங்கள் தன் கிளைகரத்தால் கைகுலுக்கி, வெப்பத்தில்இருந்து நம்மைக் காப்பது, சிறுபருவ விளையாட்டை நினைவுபடுத்துவதாக இருக்கின்றது.

எப்போதும் புன்னகைத்துக் கொண்டே இருக்கின்றன பூத்துக் குலுங்கும் மரங்கள். மணமக்களை பெரியோர்கள் பூக்கள் தூவி, 'வாழ்க பல்லாண்டு' என வாழ்த்துவதைப் போல, மரங்களடர்ந்த சாலையில் பயணம் செய்யும் போது நமது பயணம் சிறக்க பூக்களைத் தூவி வாழ்த்துகின்றன மரங்கள். காலையிலும் மாலையிலும் நடையாளர்களின் நண்பனாகவும், மதிய வேளையில் அன்னையாகவும் மாறிவிடுகிறது மரம்.உழைத்துக் களைத்துவருபவரின் உள்ளச் சோர்வையும், உடல் சோர்வையும் ஒரு நிமிடத்தில் நீக்கி, கட்டணமில்லா மருத்துவராக இருக்கின்றன மரங்கள். அன்னையின் அருமையை இல்லாத போதும், மரங்களின் அருமையை கோடையிலும் நாம் உணரலாம். வியர்த்து விறுவிறுத்து வருகின்ற போது, எங்கேனும் ஒரு மரம்இருக்காதா எனத் தேடி அலையும் நமது கண்கள். அப்போதுதான் மரத்தின் மாண்பினை நம் மனம் உணரும். அப்படி எங்கேனும் ஒரு மரம் தென்பட்டால், அந்த மரத்தின் நிழலில் ஒரு பெருங்கூட்டம் கூடி மகிழ்ந்து கொண்டிருக்கும்.மரங்களும்

மாணவர்களும் மரம் நடுவது தொடர்பான விழிப்புணர்வை முதலில் பள்ளி மாணவர்களிடம் இருந்து துவக்க வேண்டும். வகுப்பறையில் மாணவர்களிடம் ஒரு ஓவியம் வரையச் சொன்னால், அவர்கள் உடனே வரைவது ஒரு மரமாகத்தான் இருக்கும்.

ஒரு இயற்கைக் காட்சி வரைந்து வா என்றுசொன்னால், ஒரு வீட்டை வரைந்து அதன் இருபுறமும் மரங்களை வரைந்து, வீட்டின் முன்புறம் ஓர் ஆறும், பின்புறம் மலையும், வானிலே நான்கைந்து பறவைகள் பறப்பது போலவும்தான் மாணவர்கள் வரைவார்கள்.'

வீட்டிற்கொரு மரம்' என்பது இப்படியாகத்தான் விதைக்கப்பட்டிருக்கிறது மாணவர்களின் மன வயலில். இன்று பல பள்ளிகளில் தேசிய பசுமைப்படை, சுற்றுச்சூழல் மன்றங்கள் மூலமாக மாணவர்கள் பசுமைப்பணி செய்து வருகிறார்கள்.அரசு விழாக்களின் நினைவைப் போற்றும் வகையில் சுற்றுச்சூழல் தினங்களிலும், மாணவர்களின் பிறந்த நாட்களிலும் மரங்களை நட்டுவைத்துப் பராமரித்து வருகிறார்கள். இந்த மண்ணில் நாம் வாழ்ந்ததற்கு அடையாளமாக ஏதேனும் விட்டுச்செல்ல வேண்டுமென்றால், அது ஆளுக்கொரு மரம் நடுவது என்பதை மாணவர்களுக்கு புரிய வைக்க வேண்டும்.மரமும் மனிதனும்மரத்திற்கும் மனிதனுக்கும் நிறைய ஒற்றுமைகள் உள்ளன.

நம் வீட்டில் ஒரு குழந்தை தாயின் கருவறையிலிருந்து பிறப்பதைப் போல மண்ணிலிருந்து வெளிவருகிறது ஒரு மரம், சின்னஞ்சிறு செடியாக. மண்ணை முட்டிவரும் ஒரு விதை தனக்கான முதல் தன்னம்பிக்கையை மனிதகுலத்திற்கு விதைக்கிறது. குழந்தைகளிடம் பிள்ளைப் பருவத்திலேயே தன்னம்பிக்கையை விதைத்திடுங்கள் என்பதை நமக்குச் சொல்லாமல் சொல்கிறது. சற்றே வளரத் தொடங்கும் போது, நம் வீட்டுப் பிள்ளைகள் பள்ளி செல்வதை உணர்த்துகிறது. செடிவளர்ந்து கிளை பரப்பி தன்னைச் சுற்றி நிழலால் நிரப்பி பூக்கத் தொடங்குகிறது. குழந்தை வாலிபப் பருவத்தை அடைந்து மணமாவதற்குத் தயாராவதை இது காட்டுகிறது. மணமாகி குழந்தை பெறுவதை, மரமானது பூத்துக் காய்த்து, கனியாகி தன் சந்ததியைப் படைக்க உள்ளோம் என்பதைக் காட்டுகிறது

.தன் செல்வத்தை வறியவர்களுக்கு அள்ளித் தரும் வள்ளல் போல, மரம் தன்னிடம் உள்ள பூக்களை, காய்களை கனிகளை தன்னை நாடிவருகிறவர்களுக்குத் தந்து பசி தீர்க்கிறது. தந்தையால் கிடைக்கும் சொத்தையும், சுகத்தையும் அனுபவிக்கும் ஒரு மகன் அவரது முதுமைக்

காலத்தில் தாங்கிப் பிடிக்க வேண்டும். இதைத்தான் ஆலமரம், மனித இனத்திற்கு உணர்த்துகிறது. இப்படியாக மரமும் மனிதனும் ஒன்று.மனிதம் வளர்க்கும் மரம்மரம் மனிதனின் முதல் நண்பன். மனிதன் மரத்தின் முதல் எதிரி. மனிதன் ஆயுதங்களை அதிகம் பிரயோகிப்பது மரங்களின் மீதுதான்.நம்மை மனிதனாக, மாண்புஉடையவனாக வழி நடத்திச் செல்வது மரங்கள்தான். மரங்களிடம் எந்தப் பேதமும் இல்லை. மரங்களால் மனித குலத்திற்கு என்றும் சேதமும் இல்லை.

நம் வீட்டின் முன் பகுதியிலோ, பின் பகுதியிலோ ஒரேயொரு மரத்தை மட்டும் நட்டு வைத்து வளருங்கள் அந்த மரம் இளமைப் பருவத்தை அடைந்ததும் நம்மில் பல மாற்றங்கள் நிகழும். அது கண்டு உள்ளம் மகிழும். மரத்தைத் தேடிவரும் சிட்டுக் குருவிகள் சிறகடித்துப் பறப்பதையும், அணில்கள் தன் நண்பர்களோடு ஓடிப்பிடித்து விளையாடுவதையும், மைனாவின் மனம் மயக்கும் மொழியையும், இலை மறைவில் தன் முகத்தை மறைத்துக் கொண்டு தன் இசையால் நம்மைப் பரவசப்படுத்தும் குயிலின் குரலையும் கேட்டு நம்மால் பேரின்பம் எய்த முடியும். பறவைகளின் வாடகை இல்லா வீடு மரம். காற்றைச் சுத்தப்படுத்தி நம் கவலைகளை அப்புறப்படுத்துகிறது. கூண்டுக்குள்ளே பறவைகளை அடைத்து வைத்து அதன் குரல் கேட்டு குதுாகலம் அடைவதில் அர்த்தமில்லை. மரம் வளர்த்தால் போதும்; பறவைகள் நம்மைத் தேடிவரும்.மரமெனும் தெய்வம்இயற்கை வழிபாட்டில் மரங்கள் தெய்வமாக வழிபடப்பட்டது. மரங்கள் காக்கும் தொழிலைச் செய்து வருகின்றன. இன்றும் மரங்களுக்கு ஆடை கட்டி அழகு பார்க்கும் சமூகமாக நம் தமிழ்ச் சமூகம் உள்ளது. தொப்புள் கொடி உறவுக்குப் பின் தொட்டில் கட்டி ஆடவும், தோழர்களோடு ஒன்று கூடவும், உறவைப் பலப்படுத்தவும், நலப்படுத்தவும் செய்கின்றன மரங்கள். மரத்தின் கிளையில் ஊஞ்சல் கட்டி ஆடும்போது ஏற்படும் மகிழ்ச்சியானது, அம்மா தன் கையில் வைத்துத் தாலாட்டுப்பாடும் போது ஏற்படும் உணர்வைத் தரும்.மனிதர்களின் வெளிமூச்சுத்தான் மரங்களின் உள்மூச்சாகவும், மரங்களின் வெளிமூச்சு மனிதனின் உள் மூச்சாகவும் இருந்து வருகிறது.

ஒரு மரம் வருடத்திற்கு 118 கிலோ ஆக்சிஜனை வெளியிடுகிறது. ஒரு ஏக்கரில் உள்ள மரங்கள் 2.6 டன் கார்பன்டை ஆக்சைடை காற்றிலிருந்து உறிஞ்சிக் கொள்கின்றன. நிழல் தரும் ஒரு மரம் வெயில் காலத்தில் 20 டிகிரி அளவுக்கு வெயிலின் தாக்கத்தைக் குறைக்கி-

றது.மரமும் மனிதனும் உடலளவில் ஒன்றுதான். ஒரு மரத்தின் பட்டை மனிதனின் தோல், நடுப்பகுதி மனிதனின் எலும்பு, தண்டு மனிதனின் சதைப் பகுதி, வேர் மனிதனின் நரம்புகள், பூக்கள் நாளமில்லாச் சுரப்பிகள், பழங்கள் உடலின் வளம், வித்து மனிதனின் உயிரணுக்களைக் குறிக்கிறது.ஒரு காகம் தன் வாழ்நாளில் பல்லாயிரம் மரங்களைத் தன் எச்சத்தின் மூலமாக உருவாக்குகிறதாம். மரங்களால் வாழ்ந்து கொண்டிருக்கும்

நாம் எத்தனை மரங்களை உருவாக்க வேண்டும் என்பதை எண்ணிப் பாருங்கள் மரம் மனிதனின் மூன்றாவது கரம்.ஆளுக்கொரு மரம்!ஆனந்தமாய் இணையட்டும் நம் கரம்!மரம் வளர்க்க மழை பொழியும்!மழை பொழிய வறுமை ஒழியும்!மரங்களை நேசிப்போம்!மனித மனங்களை நேசிப்போம்

பொதுவாக விதைகளில் இருந்துதான் வேர் உருவாகி, செடி, மரம் ஆகியவை வளரும். இதனால் மரங்களை வளர்ப்பதற்கு விதைகள் அதிக அளவில் தேவைப்படுகின்றன.

தற்போது சந்தைபடுத்தப்படும் பெரும்பாலான விதை ரகங்ளும் மரபணுக்களில் மாற்றம் செய்யப்பட்டு விற்கப்படுகின்றன.

''இலைவழி நாற்று முறை என்பது மிக எளிமையான இயற்கையான ஒரு நாற்று முறை. கலப்படமில்லாத மரபணுக்களைக் கொண்ட தாய் மரத்தில் இருந்து சுத்தமான ரகத்திலான இலையை எடுத்து, இளநீரில் ஊரவைத்து, ஈரமான மண்ணில் நட்டுவைத்துவிட்டு, மிதமான சூரிய ஒளியில் வைத்து குறிப்பிட்ட கால இடைவெளியில் தண்ணீர் ஊற்றினால் போதும், நான்கு வாரத்தில் இலையிலிருந்து வேர் உருவாகிவிடும்.''

''திசு வளர்ப்பு முறை அடிப்படையில்தான் இலை வழி நாற்று முறையும் சாத்தியமாகியுள்ளது. இலையின் நடுவே இருக்கக்கூடிய நடுக்காம்பின் வளர்ச்சியை தூண்டுவதால் வேர் உருவாகும்.. சில தாவரங்களில் விதையில் இருந்தே நோய்கள் இருக்கும். இந்த முறையில் அவை தடுக்கப்படும். மேலும், அரிய வகை தாவர வகைகளை மீட்பதில் இலைவழி நாற்று முறை வருங்காலத்தில் பெரும்பங்கு வகிக்கும். இந்திய அளவில் முதல்முறையாக கோவையில் இந்த கண்டுபிடிப்பு நிகழ்ந்துள்ளது தமிழகத்திற்கு பெருமை,

ஒரு பழைய பாடல் எல்லோரும் கேட்டிருப்பீர்கள், மண்ணுக்கு மரம் பாரமா? மரத்துக்கு கிளை பாரமா? கிளைக்கு காய் பாரமா? உண்மை-யில் மனிதன்தான் மரத்துக்கு பாரம், இல்லையென்றால் 'முன்னேற்றம்' என்ற போர்வையில் இப்படி லட்சக்கணக்கில் காடுகளை அழிப்போமா? எப்படி 'புகைப்பிடித்தல்' நுரையீரலுக்கு கேடு என்று தெரிந்தும் புகைப்-பிடிப்பவர்கள் திருந்துவது இல்லையோ, அது போலவே பூமியின் நுரை-யீரலான மரங்களுக்கும் கேடு விளைவித்து 'முன்னேற்ற போதை' யில் முன்னேறுகிறது உலகம். விளைவு? நிச்சயம் அழிவுதான். எங்கோ படித்த ஞாபகம், 'பூமியின் பாதிக்கு மேற்பட்ட ஆக்சிஜன் தேவையை அமே-சான் காட்டு மரங்களே தீர்த்து வைக்கின்றன' என்று. என்ன ஆச்சரி-யம்! நாம் வேண்டாம் என்று வெளியிடும் கரியமில வாயுவை கிரகித்துக் கொண்டு நமக்கு தேவையான பிராண வாயுவை வெளியடும் மரங்கள், உண்மையில் தெய்வங்களுக்கு சமம் இல்லையா?

எனவேதான் ஆதி தமிழன் மரங்களை தெய்வத்துக்கு நிகராக்கி வழி-பட்டான், அரசமரத்தடி பிள்ளையார் வேப்ப மர மாரியம்மன் சிவன் கோவில் வில்வ மரம் புத்தாண்டிற்கு மாவிலை என அவர்கள் வழிபட்ட முறைகள் எல்லாம் ஏதோ மேம்போக்கான நடைமுறைகளில்லை ஆழ்ந்து சிந்தித்த நுண்ணறிவு நிறைந்த கோட்பாடுகள். ஒவ்வொரு கோவிலுக்கும் ஸ்தல விருட்சம் என்று ஒன்றை வழிபட்டார்கள். ஒவ்-வொரு ராசி நட்சத்திரத்திற்கும் ஒரு மரத்தை நட்டு கும்பிட்டார்கள். அவை வெறும் மூடப் பழக்கங்களில்லை அவ்வாறு மனிதன் மரத்தைப் போற்றி வளர்த்தால்தான் இந்த பூமியே செழிக்கும் என்பது அவர்களது பாரம்பரிய நம்பிக்கை. மரத்தால் என்ன பயன்? ஒரு மரம் சூரிய ஒளி நேராக பூமியில் விழுவதை தடுக்கிறது எனவே அதன் நிழலில் சகல நுண்ணுயிர்களும் சுகமாக வாழ்கின்றன. மழை நீர் நேரடியாக மண்-ணில் பாய்ந்து மண் அரிப்பு ஏற்படாமல் மரக் குடை தடுக்கிறது எனவே மண் வளர்கிறது. மரத்தின் வேரும் அவ்வாறு மண் பெயர்ந்து போகாமல் இறுக்கி வைக்கின்றது.

மரத்தின் கிளைகளில் ஆயிரக்கணக்கான விலங்குகளும், பறவை-களும் வாழ்கின்றன. அவை மரத்தின் காய் கனிகளை தின்று வேறு இடங்களுக்கு சென்று எச்சமிடும்போது அந்த விதைகள் பரவி காடு வளர்கிறது. மரங்கள் வெளியிடும் ஈரப்பதக் காற்றால் சூழல் குளிர்ந்து மழை உருவாகிறது. இவையெல்லாம் மரத்தை நாம் துன்புறுத்தாமல்

இருந்தாலே நமக்கு கிடைக்கும் பலன்கள்.

மரத்தைத் துன்புறுத்தி மனிதன் பெறும் பொருட்களுக்கு - காய் கனி தவிர்த்து - நார்ப்பொருட்கள், எரிபொருட்கள், வாசனைப் பொருட்கள், மற்றும் இதர மரச்சாமான்கள் கணக்கற்றவை. முக்கியமாக மருந்து பொருட்களை எடுத்துக் கொண்டால் தொண்ணூறு சதவீதம் எல்லாம் காட்டிலிருந்து கிடைக்கும் மூலிகைகளே ஆகும். எனவேதான் அந்தக்கால ரிஷி முனிகள் காட்டில் வாழ்ந்து, தமது எல்லா தேவைகளையும் காட்டு மரங்களை அழிக்காமல் பூர்த்தி செய்து கொண்டனர். 'Sacred groves' என்று தெய்வ வனங்களை தோற்றுவித்தனர். காட்டில் வளரும் மரங்கள் தவிர்த்து, நாட்டு நன்மைக்கும் பல மரங்களை தனது பண்பாடு சார்ந்து தமிழன் போற்றி வந்தான். தென்னை, மா, பலா, வாழை, தேக்கு, கமுகு (பாக்கு) என , பழைய செய்யுள்களை புரட்டி பார்த்தால், தேனும் பாலும் கலந்து ஓடிய திருநாடாக இருந்தது நமது தமிழகம். குறிப்பாக பனைமரம், தமிழர் பண்பாட்டின் இலட்சினை என்றால் மிகையில்லை.

தமிழ் நாட்டின் 'மாநில மரமாக' அது இருப்பதில் சந்தோஷம் தான் ஆனால் அது ஏட்டளவில் மட்டுமே இருந்து விடக்கூடாது.

பனையில் என்னவெல்லாம் பயன்?

பனையில் எல்லாமே பயன்! சிறு வயதில் பனநுங்குகளை சுவைக்காதவர்களே இருக்க முடியாது. பனங்கிழங்கு, பனங்கற்கண்டு (அவ்வளவும் மருத்துவக் குணம்) தவிர பனை ஓலை, பனைமரத் தண்டு என பனை ஒரு கற்பக விருட்சம்தான். தமிழனின் எழுத்தோட்டமே பனை ஓலையிலிருந்துதானே ஆரம்பமாயிற்று. அவை இல்லையெனில் திருக்குறள், தேவாரம், திருவாசகம், என்கிற அரிய பொக்கிஷங்கள் நமக்கு கிடைத்திருக்குமா? ஆனால் இன்று, பனைமரங்களை நாம் ஊர்ப்புறங்களில் காண முடிகிறதா? ஏதோ சில அரசியல் மற்றும் வணிகக் காரணங்களுக்காக பனங்கள்ளை காரணம் காட்டி, பனையை அடியோடு மறந்து விட்டோம். தென்னையின் 'நீரா' என்கிற பதநீர் உயிர் பெறுவது போல பனையின் நீராகாரங்களும் உயிர் பெற வேண்டும். உலோகமும் பிளாஸ்டிக்கும் உபயோகத்தில் வந்திராத அந்தக் காலத்தில் மரத்தையும் மண்ணையும் கொண்டுதான் பலவித்தைகளை செய்து முடித்தான் தமிழன். திரை கடல் ஓடி திசை யெட்டும் வென்ற சோழர் பரம்பரையின் திறமையான கப்பல் படை, அதி உன்னத தச்சு வேலைத் திறமையின்றி

சாத்தியமாகி இருக்க முடியுமா?

மருத்துவத்திலும் பல்வேறு கஷாயங்களையும், காட்டு மூலிகைகளையும் திறம்பட அவர்கள் பயன்படுத்தி வந்தது, இன்றும் பழைய கோவில் கல்வெட்டுகளில் காணக்கிடைக்கின்றன.

தமிழகத்தின் மாநில மரம் என்ற பெருமைக்குரியது பனை. ஆனால், பனை தொடர்பான மக்களின் வழக்காறு என்பது பெரும்பாலும் எதிர்மறையாகவே இருந்துவந்திருக் கிறது. 'பனை மரத்துல பாதி வளர்ந்திருக்கான், ஆனால் ஒண்ணுமே தெரியலை', 'பனை மரத்துக்குக் கீழ நின்னு பாலைக் குடிச்சாலும், ஊரு தப்பாத்தான் பேசும்' என்று பனை மற்றும் பனை சார்ந்த விஷயங்கள் ஒரு நபரை அல்லது ஒரு விஷயத்தை இழிவுசெய்யவே பயன்பட்டு வருகிறது.

பண்பாட்டின் கண்ணாடி

ஒரு சமூகத்தின் வரலாற்றைத் தெரிந்துகொள்வதற்கு, அந்தச் சமூகத்தின் வழிபாட்டு முறைகள், உணவுப் பழக்கங்கள், உடை, இலக்கியங்கள் எனப் பலவற்றை ஆராய்ந்து தெரிந்துகொள்ளலாம். அவற்றுள், அந்தச் சமூக மக்கள் பயன்படுத்தும் புழங்கு பொருட்களைக் கொண்டு, அவற்றுக்கும் அந்தச் சமூகத்துக்கும் இடையே உள்ள உறவை, பண்பாட்டை ஆராய்வதை 'பொருள்சார் பண்பாடு' என்கின்றனர்

பதநீரும் கள்ளும்

பதநீர் என்பது ஆரோக்கிய பானம். பனை மரத்திலிருந்து பெறப்படும் இனிப்பான சாற்றை, இயல்பாகப் புளிக்கவிட்டால் அது கள். சுண்ணாம்பின் துணைகொண்டு அதைப் புளிக்கவிடாமல் செய்தால் அது பதநீர். ஆனால், பனையிலிருந்து பதநீரை எடுப்பதை யும் 'கள் இறக்குவது' என்றே குறிப்பிடு கின்றனர். முன்னர், பல ஏழைகளின் வயிற்றில் பால் வார்த்து வந்த இத்தொழில், 1983-ல் 'டாஸ்மாக்' தொடங்கப்பட்டபோது, தடை செய்யப்பட்டது.

கள்ளின் காரணமாகப் பனை இழிவானதாகப் பார்க்கப்பட்டது. இதற்கு சமணம், வைதீகம் உள்ளிட்ட மதங்களுக்குக் கணிச மான பங்குண்டு. பிற்காலத்தில் வெளிநாட்டு மது வகைகளின் விற்பனையை அரசே ஊக்குவித்ததால் கள்ளோடு சேர்த்துப் பதநீர் தொழிலும் பாதிப்புக்குள்ளானது.

நுங்கும் பனங்கிழங்கும் உணவாகப் பயன்படுகின்றன. ஓலை, கூடைகள் முடையவும் கைவினைப் பொருட்கள் செய்யவும் கூரை வேயவும்

பயன்படுகிறது. மரம், வீடு கட்டப் பயன்படுகிறது. பனஞ்சாறு பதநீராகவும் கற்கண்டாகவும் கருப்பட்டியாகவும் தமிழர் உணவுப் பழக்கத்தில் ஆரோக்கியமான இடத்தைப் பிடித்திருக்கிறது.

கருங்காலி

கருங்காலி மரத்தில் இருந்து பெறப்படும் பலகைகளை, கருங்காலி பலகை என்பர். இவை மிகவும் பெறுமதிமிக்க பலகை வகையாகும். இப்பலகை கருப்பு நிறம் கொண்டவை. நூற்றாண்டுகளாக இரும்பை ஒத்த உறுதியுடன் கூடிய பலகைகள் இம்மரத்தில் இருந்து பெறப்படுகின்றன. குறிப்பாக இந்த மரத்தின் நடுப்பாகமான கருமை நிறம் கொண்டப் பகுதியை வைரம் என்பர். அநேகமாக கருங்காலி மரத்தில் இருந்தே "உலக்கை" செய்யப்படுகிறது.

- இளநீர்

- தேங்காய்- தேங்காயிலிருந்து கிடைக்கும் புரத அமைப்பு, மனித உடலுக்கு மிகவும் ஏற்றதாக உள்ளது.[மேற்கோள்தேவை]

- தேங்காப்பால் - சமையலுக்கு
- தேங்காய்ப் பால்மா
- தேங்காப்பூ - சம்பல்
- உலர் தேங்காப்பூ - இனிப்புப் பண்டங்கள்

- கொப்பரை

- தேங்காய் எண்ணெய்
- பாம் ஆயில்

- தெழுவு
- கருப்பட்டி
- கள்ளு
- சிரட்டை

- நீருணவு உண்ணப் பயன்படுத்தப்படுவது

- பொட்டுச் சட்டியாகப் பயன்படுத்தப்படுவது
- இது இப்போது மரக்கன்றுகளை வளர்க்க சிறப்பாக பயன்படுத்தப்படுகிறது

- தென்னோலை

- <u>கிடுகு</u>
- ஈக்கிளைப் பயன்படுத்தி விளக்குமாறு செய்வார்கள்

- <u>மரம்</u>
- விறகு

- பாத்திரங்கள் கழுவ, நெருப்பு மூட்டப் பயன்படுத்தப்படுகிறது

- தேங்காய் நார் கழிவு மாடி தோட்டங்களுக்கு பயன்படுகிறது.
- விசிறி
- குருத்து – தோரணங்களுக்குப் பயன்படுத்தப்படுவது, மரபு மருத்துவம்சந்தனம்என்பது மருத்துவப் பயன்பாடுடைய ஒரு மரமாகும். சந்தனக் கட்டையைச் சந்தனக் கல்லில் தேய்த்து வரும் சாந்தை கோடை வெப்பத்தைத் தணிக்க மார்பில் பூசிக்கொள்வது இந்திய மக்களின் வழக்கம் ஆகும்.

இந்திய மரங்களில் மிகவும் விலையுயர்ந்த மரம் சந்தனமரம். இதன் தாயகம் இந்தியா ஆகும். இந்தியாவின் கிழக்குப் பகுதி காடுகளில் மிகுந்து காணப்படுகிறது. குறிப்பாக கர்நாடகாவில் விளைகிறது. இது சுமாரான உயரத்திற்கு வளரும் இயல்பை கொண்டது. சந்தனத்தின் வளர்ந்த மரம் வாசனை நிரம்பியது ஆகும்.

மரத்தின் வைரம் பாய்ந்த கட்டைப் பகுதி எண்ணெய்ச் சத்து நிரம்பி-யது. இதிலிருந்து எடுக்கப்படும் 'அகர்' என்னும் எண்ணெய் மருத்துவப் பண்புகள் கொண்டவையும், சருமத்திற்கு குளிர்ச்சியளிக்கக் கூடியவை-யும் ஆகும்.மரத்தின் வைரம் பாய்ந்த நடுப்பகுதியும், வேர்களும் மிகுந்த மணம் கொண்டவையாகும்.

இறைவனின் வழிபாட்டிற்கு உகந்தப் பொருட்களில் ஒன்று சந்தனம்•••இறை விக்கிரகங்களை அலங்கரிப்பதற்கும், முழுக்காட்டவும், தீர்த்த பிரசாதங்களில் போடவும் இன்னும் அநேக தெய்வீகக் காரியங்களிலும் பயனாகிறது.

வகையான பேதங்கள் உண்டு•••அவற்றில் சிவப்பு நிறச் சந்தனமே மருந்துகளுக்கு உத்தமம்.மஞ்சள் நிறம் கொண்டவை மத்திமம்.வெள்ளை நிறமுடையது அதமம் ஆகும்.

கடுக்காயில் உள்ள சதை பகுதியை மட்டும் பயன்படுத்தவும், கொட்டை விஷ தன்மையுடையது. எனவே அதனை நீக்கி விடவது நலலது.

கடுக்காய் வாயிலும் தொண்டையிலும், இரைப்பையிலும், குடலிலும் உள்ள ரணங்கள் ஆற்றிடும் வல்லமை பெற்றது. மலச்சிக்கலைப் போக்கி குடல் சக்தியை ஊக்கப்படுத்தும். பசியைத் தூண்டி இரத்தத்தைச் சுத்தப்படுத்தி வாத பித்த கபம் ஆகியவற்றால் வரும் ஏராளமான நோய்களைக் குணப்படுத்தும்.

காது நோய் குணப்படுத்தும். கடுக்காய் வலிமையூட்டி, நீர்பெருக்கி, புண்கள், கண்நோய், இருமல், காமாலை, கை கால் நமச்சல், இரைப்பு, நாவறட்சி, மார்பு நோய், மூலம், வயிற்றுப்பொருமல், விக்கல் போன்றவைகளை குணப்படுத்தும்.

காலையில் இஞ்சி, கடும்பகல் சுக்கு, மாலையில் கடுக்காய் என 48 நாட்கள் இதன் பொடிகளை உட்கொண்டால் நரை, திரை, மூப்பு இன்றி இளமையாக வாழலாம்

ஓட்டைத்தூளாக்கி இரவு உணவு உண்டதும் அரை தேக்கரண்டி பொடியைத் தின்று, ஒரு டம்ளர் நீரைக் குடித்துவர உடல் வலுவாகும். வாதம் குணமாகும்.

மூன்று கடுக்காய்த் தோல்களை எடுத்து, தேவையான இஞ்சி, மிளகாய், புளி, உளுத்தம்பருப்பு சேர்த்து எல்லாவற்றையும் நெய்யில் வதக்கி எடுத்து உப்பு சேர்த்து துவையலாக அரைத்து சாதத்துடன் பிசைந்து உண்டுவர, ஜீரணசக்தி கூடும். மலச்சிக்கல் மாறும், உடல் பலம் பெறும்.

கடுக்காய்த் தூளை 10 கிராம் எடுத்து, அதே அளவு சுக்குத்தூள், திப்பிலித்தூள் எடுத்து கலந்து கொண்டு காலை, மாலை அரை ஸ்பூன் வீதம், 21 நாட்கள் சாப்பிட்டுவர, வாதவலி, பித்த நோய்கள் குணமாகும்.

15 கிராம் கடுக்காய்த் தோலை எடுத்து நசுக்கி, 15 கிராம் கிராம்பு சேர்த்து ஒரு டம்ளர் நீர் விட்டு கொதிக்க வைத்து, ஆறியபின் அதிகா-லையில் குடிக்க நாலைந்து முறை பேதியாகும். அதன்பின் மலச்சிக்கல், வயிற்றுப் பிணிகள் மாறிவிடும்

சந்தன மரம் 12 முதல் 40 மீட்டர் உயரம் வரை வளரக் கூடியது. சந்தனமரம் தனித்து வளராது. வேறு மரத்திற்கு அருகில்தான் வளரும். மற்ற மரத்தின் வேரிலிருந்து தனக்கு வேண்டிய ஊட்டச் சத்துகளைப் பெற்றுக் கொள்கிறது. மரம் வளர்ந்து மூன்று ஆண்டுகளுக்கு பிறகு பழங்களை தருகிறது.

வெள்ளை சந்தன மரம் மரபணு சோதனை மூலம் மட்டுமே கண்-டுபிடிக்கப்படக் கூடிய சாதாரண சந்தன மரங்களுள் சிறப்பு வாய்ந்த ஒன்று. பல லட்சம் மரங்களுக்கிடையில் ஒன்று அல்லது இரண்டு மரங்-கள் மட்டுமே வளரும். இம்மரத்தில் செய்யப்படக்கூடிய **முருகன், சிவன், வேல்**முதலான சிலைகள் சிறப்பானவையாகக் கருதப்படுகின்றன.

உடல், மன ஆரோக்கியத்திற்கான பல பதிவுரிமை செய்யப்பட்ட மருந்துகள் சந்தனத்திலிருந்து தயாரிக்கப்படுகின்றன. கூந்தல் தைலங்கள், சோப்புகள், நறுமணப் பொருட்கள் என எல்லாவற்றிலும் சந்தனத்தின் தேவை இன்றியமையாதது.

சந்தனப் பொடியை மஞ்சள் தூள், ஒரு துளி எலுமிச்சை சாறு மற்-றும் பால் ஊற்றி கலந்து, சருமத்தில் தடவி ஊற வைத்து கழுவ வேண்-டும். இதனால் முகமானது பொலிவோடு காணப்படும்.

பருக்கள் வராமலும் இருக்கும்

எலுமிச்சை சாற்றுடன் சந்தனப் பொடியை சேர்த்து கலந்து, முகத்-திற்கு ஃபேஸ் மாஸ்க் போட்டால், சருமத்தில் உள்ள இறந்த செல்கள் நீங்குவதோடு, பருக்கள் வராமலும் இருக்கும்.

தயிர் ஒரு சிறந்த கிளின்சர் என்று சொல்லலாம். எனவே அந்த தயிரை சந்தனப் பொடியில் சேர்த்து கலந்து, முகத்திற்கு மாஸ்க் போட்-டால், சருமம் மென்மையாவதோடு, வெள்ளையாகும்.

மாமரத்தின் பூர்வீகம் இந்தியா . குறிப்பாக தமிழ்நாட்டில் கிருஷ்ண-கிரி மாவட்டம் அதிக மாமரம் உள்ள மாவட்டமாகும். மாமரம் 35 - 40 மீ உயரம் வளரக்கூடிய பெரிய மரமாகும்.

இதன் இலைகள், எப்போதும் பசுமையாகவும் மாற்றடுக்காகவும் அமைந்துள்ளன. கொழுந்து இலைகள் கருஞ்சிவப்பாகவும், வளர வளர

பச்சையாகவும் மாறுகின்றன. மாமரம் வளர்ப்பது எளிது; மேலும் ஆயிரத்திற்கும் மேற்பட்ட இரகங்கள் வெவ்வேறு குணங்களுடன் கிடைக்கின்றன.

உலகிலேயே, அதிகம் அப்படியே உண்ணப்படும் பழம் என்ற சிறப்பு மாம்பழத்தையே சாரும்.

இலை, பூ, பிஞ்சு, காய், பழம், வித்து, மரப்பட்டை, வேர், பிசின் போன்றவை மருந்தாகப்பயன்படுகிறது.

மாந்தளிர்

நீரிழிவு உள்ளவர்கள், மாவின் கொழுந்து இலையை உலர்த்தி பொடி செய்து தினமும் காலை மாலை 2 ஸ்பூன் அளவு அருந்தினால் நீரிழிவு கட்டுப்படும். தீக்காயம் பட்டவர்கள் மா இலையைச் சுட்டு சாம்பலாக்கி, வெண்ணெயில் குழைத்து பூசி வந்தால் தீப்புண் விரைவில் குணமாகும்.

மாவிலைச் சாறுடன் தேன், பால் மற்றும் சிறிதளவு நெய் சேர்த்து அருந்தினால் ரத்தத்துடன் பேதியாவது நிற்கும். மாவிலையை மென்று வந்தால் ஈறுகள் பலமாகும்.

மாம்பூ

உலர்ந்த பூக்களில் டானின் என்கிற சத்து உள்ளது. மாம்பூவைக் குடிநீரில் இட்டுக் குடித்தால் வயிற்றுப்போக்கு, சிறுநீரக நோய்கள், பால்வினை நோய்கள் ஆகியன குணமாகும்..

மாம்பிஞ்சு

இளம் மாவடுக்களை எடுத்து காம்பு நீக்கி காயவைத்து, உப்பு நீரில் போட்டு ஊறவைத்து வெயிலில் காயவைத்து வைத்துக்கொண்டு உணவுடன் சேர்த்து சாப்பிட்டால், சீரண சக்தி அதிகரிக்கும். வாந்தி, குமட்டல் நீங்கும்.

மாங்காய்

பல் ஈறுகளில் ஏற்படும் ரத்தக் கசிவையும் ரத்த சோகையையும் நீக்கும் திறன் கொண்டது. பாத வெடிப்புகளுக்கு மாங்காயின் சாற்றைப் பூசினால் குணமாகும். காயின் தோலைக் கையளவு எடுத்து நெய்விட்டு வதக்கி, சர்க்கரை சேர்த்துச் சாப்பிட்டால் அதிக அளவில் ரத்தப்போக்கு ஏற்படு-

வது நிற்கும்.

மாம்பழம்

மாம்பழத்தில் வைட்டமின் 'ஏ' சத்து அதிக அளவில் உள்ளது. மாம்பழம் மலச்சிக்கலைப் போக்கும். ரத்தத்தை விருத்தி செய்து கண் பார்வையைத் தெளிவாக்கும். விந்தணுக்களை அதிகப்படுத்தி, உடலை அழகுடன் திகழச் செய்யும்.

பருப்பு, கசகசா, சுக்கு, ஓமம் இவற்றுடன் பழச்சாறு விட்டு அரைத்து, நெய் சேர்த்துக் கொடுத்தால் கடுமையான வயிற்றுப்போக்கும் குணமாகும்.

மாங்கொட்டை

பருப்பைப் பொன்னிறமாக வறுத்துத் தூளாக்கி உண்டால் வயிற்றுப்போக்கு, வெள்ளைப்படுதல், அதிகமான ரத்தப்பெருக்கு ஆகியன கட்டுப்படும். பருப்புப் பொடியை அரை ஸ்பூன் அளவு எடுத்து நீருடன் இரவில் உண்டு வந்தால் குடலில் உள்ள புழுக்கள் நீங்கும். வெட்டுக்காயம், தீக்காயம் ஆகியவற்றைக் குணப்படுத்தப் பருப்பை அரைத்துப் பூசலாம். மாம்பருப்பை எடுத்து பொன்னிறமாக வறுத்து தூள் செய்து 1 ஸ்பூன் அளவு எடுத்து தேனில் கலந்து சாப்பிட்டு வந்தால் சரும எரிச்சல் நீங்கும்.

மரப்பட்டை

இதனுடன் கோரைக்கிழங்கு சேர்த்து அவித்துப் பிழிந்து அதிவிடயம் மற்றும் இலவங்கப் பிசின் சேர்த்துக் குடித்தால் வயிற்றுப்போக்குடன் கூடிய காய்ச்சல் நீங்கும். மாம்பட்டையை நல்லெண்ணெயுடன் சேர்த்துக் காய்ச்சிய எண்ணெயைப் பயன்படுத்தித் தலைக்குக் குளித்தால் மேக வியாதி, வெள்ளைப்படுதல், விஷக்கடியால் ஏற்படும் வலி ஆகியன குணமாகும்.

மரப்பட்டையை ஊறவைத்த குடிநீரைக் கொப்பளிக்கப் பல்வலி நீங்கும்.

இலையிலிருந்து வேர் வரை பல்வேறு மருத்துவ குணங்களை கொண்டிருக்கும் மாமரத்தை வீட்டிற்கு ஒரு மரமாவது நட்டு வளர்ப்போம்,

ஒவ்வொரு தாவரமுமே ஒரு மருத்துவப் பண்பைக் கொண்டிருக்கிறது. நம் முன்னோர், இந்தத் தாவரம் குறிப்பிட்ட வியாதியைக் குணப்படுத்தும் எனக் கண்டுபிடித்து வைத்திருப்பது நம்மை பிரமிக்க வைக்கிறது.

அப்படிப்பட்ட தாவரங்களில் ஒன்று பூளைப் பூ. சிறு கண் பீளை. 'பூளைப்பூ', 'பொங்கல் பூ', 'சிறு பீளை' எனவும் இது பல பெயர்களில் அழைக்கப்படுகிறது.

மழைக்காலம் முடிந்ததும் பரவலாக அனைத்து இடங்களிலும் இச்செடி முளைத்துக் காணப்படும். இரண்டு அடி உயரம் வரை வளரக்கூடியது. மார்கழி மாதத்தில், அதாவது பொங்கல் நெருங்கும் சமயத்தில் இச்செடிகளில் வெண்ணிறத்தில் பூக்கள் பூக்கும். இலையைக் கண்ணாகவும், அதையொட்டியுள்ள பூவை கண்ணில் இருந்து பொங்கும் பீளையாகவும் கற்பிதம் செய்தே

இதற்குச் 'சிறுகண் பீளை' என்று பெயர் வைத்துள்ளனர். பொங்கலுக்கு முதல் நாள், வீட்டு வாசல் நிலையில் சிறு கண் பீளைப் பூங்கொத்தைச் செருகி வைக்கும் பழக்கம் இன்றும் உண்டு. இச்செடியை ஒத்த இன்னொரு தாவரமும் உண்டு, அது பாடாண பேதி. சிறுகண் பீளையைப் போலவே கொஞ்சம் பெரிய இலைகளையும், பெரிய பூவையும் கொண்டிருக்கும் மற்றொரு தாவரம் 'பெருங்கண் பீளை'.

இவற்றுக்கு உள்ள ஒற்றுமை என்னவென்றால்ஞ் இவை மூன்றுக்குமே சிறுநீரக நோய்களைக் குணமாக்கக்கூடிய தன்மை உண்டு. கல் கரைத்தல் மற்றும் நீர் பெருக்குதல் ஆகியவற்றுக்காக இம்மூன்று செடிகளையும் நமது தமிழ் சித்த மருத்துவத்தில் பன்னெடுங்காலமாகப் பயன்படுத்தி வருகிறோம். இம்மூன்று செடிகளையுமே பொதுவாக, பீளைப்பூ என ஒரே பெயரில்தான் அழைக்கிறார்கள்.

இம்மூன்று மூலிகைகளின் வேர்களுக்கும் சிறுநீரைப் பெருக்கி வெளியேற்றும் தன்மை உள்ளது. பூ, தண்டு, இலை ஆகியவை சிறுநீரகக் கற்களைக் கரைக்கும் தன்மையைக் கொண்டுள்ளன. கற்களைக் கரைப்பதோடு, சிறுநீரைப் பெருக்கி கற்களை வெளிப்படுத்துகின்றன. சிறுகண் பீளைச் செடிகளைப் பச்சையாகச் சேகரித்துஞ் சிறுசிறு துண்டுகளாக நறுக்கி, உரலில் இடித்து அல்லது மிக்ஸியில் அரைத்து பிழிந்து பிறகு சாறு எடுக்க வேண்டும். இச்சாற்றை ஒரு வேளைக்கு 50 மில்லி என்ற அளவில் காலை, மாலை இரு வேளைகளிலும் குடித்து வந்தால்ஞ் கல்லடைப்பு, நீரடைப்பு, நீர்த்தாரை எரிச்சல் ஆகியவை குணமாகும். பெண்களுக்கு ஏற்படும் அதி ரத்தப்போக்கு எனும் பெரும்பாடு நோயும் குணமாகும். இச்செடியின் வேரை சுத்தமாகக் கழுவி நிழலில் காய

வைத்துக்கொண்டுஞ் கஞ்சி காய்ச்சும்போது 10 கிராம் வேரையும் சேர்த்துக் காய்ச்சிக் குடித்து வந்தால், கர்ப்பிணிகளின் சோர்வு நீங்கும். கரு தங்காத பெண்களுக்குச் சிறந்த பலனைக் கொடுக்கும்.

பனையின் பயன்கள்

பனைமரம் உணவு மற்றும் உணவிலிப் பொருள்களை நல்குகிறது. உணவுப் பொருள்களில் பதநீர்முதன்மையானது. இதுவே கருப்பட்டி, வெல்லம், பனஞ்சீனி, பனங்கற்கண்டு, பனம் மிட்டாய், பனங்கூழ் எனப் பல்வேறு உணவுப் பொருள்களாக வடிவம் பெறுகிறது. பனந்தும்பு, தூரிகைகள், கழிகள், பனையோலைப் பொருள்கள், அலங்காரப் பொருள்கள், மரம், மரப் பொருள்கள் ஆகியன பனையிலிருந்து பெறப்படும் உணவிலிப் பொருள்களாகும்.

கதர் மற்றும் சிற்றூர்த் தொழில் குழுமக் கணக்கின்படி ஒரு பனை மரமானது ஓராண்டில் 150 லிட்டர் பதநீர், 1 கிலோ தும்பு, 1.5 கிலோ ஈர்க்கு, 8 ஓலைகள், 16 நார் முடிகள் ஆகியவற்றை நல்கும் வளவாய்ப்புடையது. மேலும் ஒரு பனை மரத்திலிருந்து 24 கிலோ பனை வெல்லம், 2 கூடைகள், 2 தூரிகைகள், 6 பாய்கள் ஆகியவற்றைப் பெறமுடியும் எனவும் கணக்கிடப்பட்டு உள்ளது.

தேசிய அளவில் 6.94 லட்சம் வேலை வாய்ப்பினையும் தமிழ் நாட்டு அளவில் 5.87 லட்சம் வேலை வாய்ப்பினையும் பனைத் தொழில் வழங்கி இருக்கிறது. இதில் பனைத் தொழிலாளர்கள் வெல்லம் காய்ச்சும் பெண்கள், தும்புக் கைவினைஞர்கள், வியாபாரிகள் ஆகியோர் அடங்குவர்.

இந்து மதத்தில்வில்வ மரம் மிகப் புனிதமானது.சிவ வழிபாட்டில்வில்வ பத்திர பூசை முக்கியமானது. முக்கூறுகளைக் கொண்ட வில்வ இலை திரிசூலத்தின் குறியீடாகக் கொள்ளப்படுகிறது. இது இச்சா சக்தி, ஞானசக்தி, கிரியா சக்திஎன்பதைக் குறிக்கின்றது. நேபாளத்தில்கன்னிப்பெண்களின் கருவளத்தைக் காக்கவேண்டி வில்வம் பழத்திற்கு திருமணம்செய்து வைக்கும் சடங்குபிரபலமானது.

மரங்கள் இளைப்பாற நிழல் தருகின்றன. நகர்ப்புறங்களிலும், வசிப்பிடங்களிலும் வெப்பத்தை கட்டுப்படுத்தி இயற்கையான குளிர்சாதன வசதியைத் தருகின்றன.

மரங்கள் மழையைத் தருகின்றன. வானில் மழைமேகம் உருவாகும்போது மரங்கள் அதிகம் உள்ள பகுதியில் வீசும் குளிர்ந்த காற்றால்

குளிர்விக்கப்படுகிறது.

மரம் உள்ள பகுதியில் மழை பெய்வதால், உடனடியாக மண் கரைந்து ஓடாமலும், வேர்கள் பிடித்திருப்பதால் அடிமண் அடித்துச் செல்லப்படாமலும் மண்ணரிப்பு தடுக்கப்படுகிறது. இதனால் அப்பகுதியில் மேகங்கள் மழையைப் பொழிகின்றன.

மரங்கள் மண்ணரிப்பைத் தடுக்கின்றன. வெட்ட வெளியில் மழை பெய்யும்போது மண் அரிக்கப்பட்டு ஆறு, குளம் போன்ற தாழ்ந்த பகுதிகளில் சேரும்.

கோடையில் அனல் காற்று வீசும்போது நிலம் வறண்டு போகிறது. காற்றில் மேல்மண் அடித்துச் செல்லப்படுகிறது. இதை மரங்கள் தடுத்து நிறுத்துகின்றன.

புயலின் வேகத்தை மரங்கள் கட்டுப்படுத்துகின்றன.

கடலோரங்களில் காணப்படும் அலையாத்தி காடுகள் வேர்களில் மண்ணைச் சேகரித்து வைப்பதால் அலையின் வேகம் கட்டுப்படுத்தப்படுகிறது. இதனால்தான் அலையாத்தி காடுகள் என்ற பெயரும் வந்தது. பலமான வேர்களைக் கொண்டிருப்பதால் புயலின் வேகம் மட்டுப்படுத்தப்படுகிறது.

உயிரோடு இருக்கும்போது மட்டுமின்றி, இறந்த பின்பும் மரங்கள் நன்மையேதருகின்றன. ஏழை மக்களின் வீடுகளில் விறகாக-எரிபொருளாகப் பயன்படுகிறது.

மரமும், பலகைகளும் கதவு, ஜன்னல், வீடு கட்ட பயன்படுகின்றன. கட்டுமானப் பொருட்களில் இருந்து வீட்டுத் தேவைகள், அலங்காரப் பொருட்கள் வரை எண்ணற்ற பொருட்கள் மரங்களைக் கொண்டே தயாரிக்கப்படுகின்றன.

புவி வெப்பம் அடைந்து மனிதன் அழிவை நோக்கி செல்ல வேண்டிய கட்டாயமாகிவிட்டது. இதனை தவிர்க்கவே மனித மனங்கள் இயற்கை பக்கம் வேகமாக திரும்பியிருக்கின்றது. எனவே புவி வெப்பமயமாவதைத் தடுக்கும் முக்கிய காரணியாக இருக்கும் மரங்களை வளர்க்க வேண்டும். இது இன்றைய இன்றியமையாத அவசியமாகயிருக்கின்றது. எனவே "வீட்டுக்கொரு மரம் வளர்ப்போம்" என்ற நிலைமாறி

"ஆளுக்கொரு மரம் வளர்ப்போம்" என்று பேசும் நிலைக்கு வந்துள்ளோம். எனவே இன்று இயற்கை அழிவை காக்க, வெப்பம் தவிர்க்க முதற்காரணியாக மரங்களை நட்டு வளர்க்க வேண்டும் என்ற உணர்வை பெறுவோம்.

"இன்றிருக்கும் நிலையே தொடர்ந்தால் இன்னும் 10 ஆண்டுகளில் தமிழகம் பாலைவனமாகும் என்பதில் சந்தேகமில்லை" என்று ஓர் ஆய்வு கட்டுரையில் படித்தேன். எனவேதான் இத்தகைய அவல நிலையை போக்க அரசு, பல தொண்டு நிறுவனங்கள், ஆர்வலர்கள், கல்வி நிறுவனங்கள் போன்ற அமைப்புகள் மரம் வளர்க்கும் பல ஏற்பாடுகளை செய்கின்றன.

ஏனெனில் இயற்கையன்னை அனைத்தையும் நமது நலனுக்குத்தானே தந்து கொண்டிருக்கிறாள்.

நலம் தரக்கூடிய நம்மை, வாழ வைக்கக்கூடிய மரங்களை இயற்கை செல்வங்களை நாம் அழிக்கலாமா? அழிக்கக் கூடாது. இன்று நடப்பது என்ன? இயற்கை அழிக்கப்படுகிறது, மரங்கள் கொலை செய்யப்படுகின்றன. மணல் அள்ளப்படுகின்றன.

விவசாய நிலம் வாழுமிடமாக (பிளாட்) மாறுகிறது. அதனால் தான் நாம் அழிவை நோக்கி சென்று கொண்டிருக்கின்றோம்.

சுனாமி, நிலநடுக்கம், அதிக வெப்பம், புயல், வெள்ளம், வறட்சி போன்ற இயற்கை சீற்றங்களால் நாம்தான் பாதிக்கப்படுகின்றோம். ஒன்றை நாம் மறந்துவிடக்கூடாது.

மரம் வளர்ப்போம், மழை பெறுவோம்' எனக் கூறி, மரம் வளர்ப்பின் அவசியம் தொடர்பாக அரசும், தன்னார்வலர்கள், சூழலியல் ஆர்வலர்களும் வலியுறுத்தி வருகின்றனர். மரங்கள் வெறும் நிழல் தருவது மட்டுமின்றி, பறவைகளின் வாழ்விடமாகவும், பிராணவாயு உற்பத்தி செய்யும் மையமாகவும் விளங்குகின்றன. எனவேதான், வளர்ச்சித் திட்டப் பணிகளுக்காக ஒருபுறம் மரங்கள் வெட்டப்பட்டாலும், அவற்றை வளர்ப்பதன் அவசியம் குறித்து தொடர் விழிப்புணர்வும் ஏற்படுத்தப்பட்டு வருகிறது.

முருங்கை மரத்தில் கிடைக்கும் காய், கீரை உள்ளிட்டவை சத்துணவுக்கு பயன்படுத்தப்படுகிறது. மரங்களை வளர்ப்பதில் மாணவர்களின் பங்கு இருக்க வேண்டும்

செடிகளை முத்திரையிடும் போது அவை எந்த நாட்டைச் சேர்ந்-
ததோ அந்த நாட்டில் பேசப்படும் மொழியை அறிமுகப்படுத்துவதன்
மூலம் படைப்பாற்றலை வெளிக்கொணரலாம்

நம் வாழ்வில் அந்தச் செடிகள் வகிக்கும் ஐந்து பங்குகளை மாண-
வர்களைப் பட்டியல் இடச் சொல்லவும். உதாரணத்திற்கு சில செடிகள்
நமக்கு உணவாக உதவும். சில வீடுகளை அலங்கரிக்கும், சில நமது
துணிகளுக்குத் தேவையான பொருளைத் தரும் போன்றவைகள். இப்-
பொழுது அவர்கள் மரங்களையும், செடிகளையும் அலங்கார செடிகள்,
உணவுச் செடிகள் என பல விதமாகப் பிரிக்கலாம்.

சுற்றுப்புறச்சூழல் கல்வியில் மண் பாதுகாப்பு என்பது மிகவும் முக்கி-
யமான ஒன்று.

இந்த தலைப்பை உங்கள் மாணாவர்கள் பாடப் பயிற்சியாகச் செய்து,
மற்ற பாடங்கள் மீதான அவர்களது திறமையையும் வெளிப்படுத்தலாம்.
குழந்தைகள் முதலில் பள்ளிக் கூடத்தில் ஒரு தோட்டத்தை உருவாக்கி
அதில் உலக நாடுகள் அனைத்தும் இடம் பெறும் படிச் செய்யலாம்.

குழந்தைகளிடம் உலக வரைபடத்தை மிகவும் கவனமாகப் பார்க்கச்
சொல்லவும். இப்பொழுது மிகவும் பரந்த விளையாட்டு மைதானத்தில்
குச்சியை வைத்து அவர்கள் அனைத்து கண்டங்களையும் குறிக்கலாம்.
தீவுகளையும் சேர்த்துக் கொள்ளலாம். அதற்குப் பிறகு நாட்டினுடைய
எல்லைகளை வரைய வேண்டும். இது பூகோளத்தில் மிகவும் சுவராசிய-
மான பயிற்சி ஆகும்.

நாட்டினுடைய வடிவமும், அளவும் சரியான விகிதாச்சாரத்தில்
இருக்கவேண்டும். ஆகையால் குழந்தைகளிடம் வரைபடத்தில் அளவை
எடுத்துக் கொள்ளச் சொல்லுங்கள். வரைவதற்கு முன்பாக கண்டங்கள்
மற்றும் நாடுகளின் வடிவம் மற்றும் அளவுகளைக் கணக்கிட்டுக் கொள்-
ளச் சொல்லுங்கள். இதைச் செய்வதற்கு

குழந்தைகள் தர்க்கம் மற்றும் கணிதத் திறமைகளை பயன்படுத்திக்
கொள்ளலாம்.

நம் நாட்டிலும் பிற நாடுகளிலும் வளரக்கூடிய உணவுச் செடிகளின்
பெயர்களைக் குறிப்பிடவும்

இறக்குமதி செய்யக்கூடிய சில உணவுகளின் பெயர்களைக் குறிப்பி-
டவும்.

செடிகளை ஓரிடத்திலிருந்து இன்னொரு இடத்திற்கு மாற்றுவதால் சுற்றுப்புறச் சூழலில் ஏற்படும் விளைவுகள் என்ன?

உருளைக்கிழங்கு, அரிசி, சோளம் மற்றும் நவதானியங்கள் போன்ற செடிகளைப் பற்றிய தகவல்கள் மேலே குறிப்பிட்டவைகளையும், உலகத்தின் மற்ற உணவு பிரச்னைகள் பற்றியும் ஆராய ஒரு சிறந்த அடிப்படைப் பொருளாக அமையும்.

குழந்தைகளிடம் சில நாடுகளின் பெயர்களைக் குறிப்பிட்டு அந்த நாடுகளின் மதம், கலாச்சாரத்துடன் இணைந்த செடிகள் என்னவென்று தெரிந்து கொள்ளச் சொல்லவும்.

குழந்தைகள் அவர்களால் முடிந்தவரை எங்கு வேண்டுமானாலும் என்ன மரங்கள் வேண்டுமென்றாலும் நடலாம்.

இயற்கை மற்றும் சுற்றுப்புறச்சூழல் குறித்து நிறையப் திரைப் படங்கள் உள்ளன. கிரிஸ் கர்னாடின் 'செலுவி' போன்ற படங்களைக் காண்பிக்கலாம்.

வகுப்பில் ஒவ்வொரு குழந்தையும் ஒரு மரமாகவோ அல்லது செடியாகவோ தங்களை அனுமானித்துக் கொண்டு அது குறித்து இரண்டு நிமிடம் பேசலாம்.

பள்ளிக்கூட வளாகத்தில் குழந்தைகள் மரங்களை நடலாம். ஏற்கனவே அதிகமான மரங்கள் இருந்து, இடப்பற்றாக்குறை இருந்தால் மாணவர்கள் அன்றைய தினம் தோட்டக்காரருக்குப் பதிலாக அந்தச் செடிகளை அவர்கள் பராமரிக்கலாம். அதோடு தினமும் செடிக்கு தண்ணீர் விடுவதாக உறுதிமொழி எடுத்துக் கொள்ளலாம்.

மாணவர்களிடம் சுற்றுப்புறச்சூழல் குறித்த சில தலைப்புகளைக் கொடுத்து வகுப்பில் விவாதத்திற்கு ஏற்பாடு செய்யலாம். உதாரணமாகப், 'பழங்குடி மக்களை அவர்களுடைய இயற்கையான வசிப்பிடத்திலிருந்து அப்புறப்படுத்தி அதிக மக்கள் வாழும் இடத்தில் குடியமர்த்தலாமா??' அல்லது 'காகிதம் உபயோகிப்பதைக் குறைத்துக் கொள்ளலாமா?' இப்பொழுது வகுப்பில் உள்ளவர்களை இரண்டு குழுக்களாகப் பிரித்து இந்த தலைப்பை ஆதரித்து ஒரு குழுவும், எதிர்த்து இன்னொரு குழுவும் விவாதிக்கலாம்.

பசுமைப்புரட்சி, சிப்கோ இயக்கம் முதலான சுற்றுப்புறச்சூழல் சம்பந்தப்பட்ட இயக்கங்கள் குறித்த விஷயங்களை மாணவர்கள் அறிந்து கொள்ளலாம்.

இன்னும் சிறு முயன்று, குழந்தைகள் `சமையலறைத் தோட்ட'த்தை அவர்களாகவே உருவாக்கலாம். பாகற்காய், கடுகு, கத்திரிக்காய், தக்காளி, எலுமிச்சை, மிளகாய், வெந்தயம் மற்றும் கருவேப்பிலை போன்றவைகள் எளிதாக வளரக்கூடியவை. அவர்கள் பள்ளியில் உள்ள தோட்டக்காரரையோ அல்லது நர்சரியில் உள்ள ஒருவரின் உதவியை இதற்கு நாடலாம்.

இந்தப் பயிற்சியின் முடிவில் உங்களுடைய மாணவர்கள் இயற்கையுடன் மிகவும் நெருக்கமாக தங்களது உறவைப் பகிர்ந்து கொள்வதை அறிந்து கொள்ள்லாம்.

நம்மாநிலம், நீர், காற்று, நெருப்பு, வானம் இந்த ஐந்தை சுற்றி தான் சுற்றுச் சூழல் செயல்படுகிறது. முதலில் நிலத்தில் விதை மட்டும் விதைத்தோம். தற்போது பிளாஸ்டிக் என்ற எமனை சேர்த்து புதைப்பதால் நிலத்தில் மலட்டுத்தன்மை ஏற்பட்டுவிட்டது.

தொழிற்சாலை கழிவுகளில் இருந்து வெளியேறும் நச்சு விஷத்தன்மை மண்ணையும் நீரையும் ஒரு சேர நாசமாக்குகிறது. பிளாஸ்டிக், பாலிதீன் பைகளை விளை நிலங்களில் கொட்டுவதாலும், காற்றின் மூலம் அவை அடித்து செல்லப்படுவதாலும், அது மக்க பல வருடம் ஆகின்றன. நிலத்தில் புதையுண்ட பிளாஸ்டிக் முலம் விவசாய நிலங்கள் மாசுபட்டு வீரியமிக்க செடி, கொடிகள் வளர்ச்சி தன்மையை இழந்து விடுகின்றன. நிலத்தில் இயற்கை உரங்களுக்கு பதிலாக செயற்கை உரங்களை பயன்படுத்துவதன் விளைவாக மனிதனின் நோயின் தன்மை நாளுக்கு நாள்அதிகரிக்கிறது.

இன்றைய பெரும்பிரச்னையாக இருப்பது குடிநீர் மாசடைவது. இந்தியாவில் நல்ல நீரை விட சாக்கடை நீர் அதிகமாக ஓடுகிறது.ஆய்வின் அடிப்படையில் இந்தியாவில் 4 சதவீதம் நன்னீர் மட்டுமே உள்ளன. அதைவிட தமிழ்நாட்டில் 3.5 சதவீதம் நன்னீர் அளவு இருப்பது எவ்வளவு தூரம் தண்ணீர் சுற்றுச்சுழலில் பாதிப்பு ஏற்பட்டுள்ளது என்பதை அறிய முடிகிறது. ஒவ்வொரு மனிதனுக்கும் சராசரி ஒரு நாளைக்கு பயன்படுத்த குறைந்தது ஐந்து லிட்டர் தண்ணீர் தேவைப்படும். அந்த நீரை ஆறு, கிணறு, ஏரிகள், குளம், ஆழ்துளைக் கிணறுகள் மூலம் எடுக்கிறோம். அந்த நீர் இன்று மாசுப்பட்டுள்ளது. இந்தநீரை குடிப்பது

மூலம் குடல் நோய்களும், மனிதனுக்கும், பறவைகளும், விலங்குகளுக்கும் தோல் நோய்களும் ஏற்படுகிறது.

சுவாசிக்கும்காற்று

நாம் சுவாசிக்கும் காற்றும் மாசு பட்டிருப்பது அபாயகரமானது. தொழிற்சாலைகளில் இருந்து கரியமில வாயுக்கள் வெளிப்பட்டு வான் மண்டலத்தையும் பாதித்து ஓசோன் படலத்தை ஓட்டையாக்குகிறது. பீடி, சிகரெட் புகைப்பதால் அந்த புகை காற்றின் முலமாக மற்ற மனிதர்களுக்கு பரவி நோய்கள் உருவாகின்றன.

பல ஆண்டுகளான வாகனங்களின் டீசல் புகையும் சுற்றுச்சூழலுக்கு பெரும்கேடு. தலைநகர் டில்லியில் அதிகமான புகை காரணமாக பழைய வாகனங்களை நகரில் பயன்படுத்த அரசு தடை விதித்து உள்ளது.

அவ்வளவு அளவுக்கு புகை மண்டலமாக இந்தியா உருவாகி வருகிறது.

ஒலிமாசும் முக்கியமான விஷயம். வாகன ஒலி,தொழிற்சாலைகள் ஒலியால் மாசு ஏற்படுகிறது. ஒலி அதிகமாக மனிதன் மன அமைதியும்,உடல் நலமும் பாதிப்படைகிறது. செவிப்பறைகள், நரம்பு மண்டலம் பாதிக்கப்படுகிறது. வானம் ஏழு வானவில் கலர்களை விட பல கலராக மாறக் காரணம் சுற்றுச் சூழல் பாதிப்புதான். தொழிற்சாலை புகை மூலம் வானம் இன்னும் கருமேகமாக மாறி வருகிறது.

எரிபொருள் மூலமாக வெளிப்படுகின்றன கரித்துகள், கார்பன் மோனாக்சைடு, கால்பன்-டை- ஆக்சைடு, சல்பர் டை ஆக்சைடு, காரீயம் ஆகியவை வளிமண்டலத்தில் சுற்றுச்சூழல் பாதிப்பை ஏற்படுத்துகிறது.

நாம் சுவாசிக்கும் காற்றும் மாசுபட்டிருப்பது அபாயகரமானது. தொழிற்சாலைகளில் இருந்து கரியமில வாயுக்கள் வெளிப்பட்டு வான் மண்டலத்தையும் பாதித்து ஓசோன் படலத்தை ஓட்டையாக்குகிறது.

சூற்றுச்சூழல்

வீட்டையும் சுற்றுப்புறத்தையும் தூய்மையாக வைத்துக்கொள்ள வேண்டும். வீட்டில் உள்ள கழிவு பொருட்களையும், கழிவு நீரையும் முறையாக அகற்றி விட வேண்டும்.

நமது கழிவுகளை மண்ணுக்கு அடியில் விடுவது தான் சரியான மறுசுழற்சி முறையாகும். எனவே வீட்டிற்கு ஒரு கழிப்பறை கட்ட மத்திய

அரசு திட்டம் வகுத்துள்ளது.பிளாஸ்டிக், பாலிதீன் பைகளை பயன்படுத்-தக்கூடாது.

வாகனம், தொழிற்சாலை புகைகளை குறைக்கிற வழிகளை ஆராய வேண்டும். அரசின் சட்டத்தின் படி தொழிற்சாலைகள் மாசை கட்டுப்ப-டுத்தும் வழிகளை ஆராய வேண்டும்

ஒரு மனிதன் தன் வாழ்நாளில் ஒரு மரத்தையாவது நட்டு தன் சந்-ததிக்கு விட்டு செல்ல வேண்டும். மரம் நடுவதையும் வளர்ப்பதையும் கடமை என கொள்ள வேண்டும்.

ஒரு மரத்தை மிகவும் அவசியம் எனக்கருதி வெட்டினால் பத்து மரங்கள் நட வேண்டும்.

நீர்நிலைகளை மாசுபடுத்துபவர்களை கடுமையாக தண்டிக்க வேண்டும். **சூற்றுச்சூழலை**

பாதுகாக்க, இந்த காற்றையும், மண்ணையும், நீரையும் நச்சு சேராமல் காக்க **இயற்கையை**

முதலில் பாதுகாக்கவேண்டும்.

இயற்கையை இயற்கையாகவே வைத்திருக்க வேண்டும்.

இயற்கை வளத்தைப் பாதுகாக்க என்ன செய்யப்போகிறோம்?

உயிர்கள் படைக்கப்பட்டபோதே, அவற்றின் வாழ்வுக்காக இயற்கை வளங்களும் சேர்த்தே படைக்கப்பட்டுள்ளன. இயற்கை வளங்களோடே அத்தனை உயிரினங்களின் வாழ்க்கையும் சிறப்பாக நடைபெற்று வந்தது. மனிதர்கள் சிந்திக்கத் தொடங்கினார்கள். இயற்கை வளங்களைப் பயன்-படுத்தத் தொடங்கினார்கள். காலம் வேகமாக மாறியது. தனிமனித உடைமைப் போக்குகள் உருவானது. அறிவியலின் ஆதிக்கம் பெருகி-யது. விளைவு, மனிதருக்கு மட்டுமே பூமி என்ற நிலை உருவானது. அதுவும் மாறி, அறிவியல் வளர்ச்சியடைந்த நாடுகளுக்கு மட்டுமே இயற்கை வளம் யாவும் சொந்தம் என்ற நிலை உருவாகியுள்ளது.

மனிதர்களின் பேராசையால் இயற்கை வளங்கள் அழிக்கப்பட்டு, பிற உயிரினங்கள் யாவும் பாதிப்படைந்து வருகின்றன. நீர், நிலம், ஆகாயம், வாயு என நான்கு பூதங்களும் மாசடைந்துவிட்டன. சீக்கிரமே, வாழ முடியாத இடமாக பூமி ஆகிவிடுமோ என்ற நிலை உருவாகி வருகி-றது. வனங்கள் அழிந்து, நதிகள் வறண்டு, மலைகள் மறைந்து, கடல் நீர் உயர்ந்துபோன நிலையில், இனி எத்தனை தலைமுறைகள் இந்த

பூமியைப் பார்க்குமோ என்ற கவலை எல்லோருக்கும் இருந்துகொண்டே இருக்கிறது. உயிர்களின் வளர்ச்சிக்குத் தேவையான எல்லாவற்றையும் இயற்கை தருகிறது. காடுகள், நுண்ணியிரிகள், ஆறுகள், ஏரிகள், கடற்பகுதிகள், மலைகள், மண் வளம், மேகங்கள், ஏன் ஒவ்வொரு மழைத்துளியும்கூட இயற்கையின் கொடைதான். இதில், ஒன்றை இழந்துகூட மனிதர்கள் வாழவே முடியாது.

நாம் இயற்கையை புரிந்து கொள்ளத் தொடங்க வேண்டும்.

நாம், நம் அன்றாட வாழ்க்கையை சிறிது சிறிதாக இயற்கை சார்ந்து வாழ ஆரம்பிக்க வேண்டும்.

அடுத்ததாக இதனை சிறு சிறு குழுக்களாக இணைந்து சமூக அளவில் நடைமுறைப் படுத்த வேண்டும்.

இன்று நாம் எதிர்கொள்ளும் ஒவ்வொரு தனி மனித மற்றும் சமூக பிரச்சனைகளுக்கும், முன்னோர்களின் வழிமுறைகளை துணைக் கொண்டு, அவற்றுக்கான தீர்வுகளை இயற்கையிலிருந்து பெற வேண்டும்.

நம் முன்னோர்கள் தங்கள் அனுபவ அறிவின் மூலமே இயற்கையின் ஒவ்வொரு கூறுகளையும் உறுதி செய்தனர்.ஒவ்வொரு முறையும், நாமும் நம் அனுபவ அறிவைக் கொண்டு வழிமுறைகளை உறுதி செய்ய வேண்டும்.

இந்த வகையில் நம் முன்னோர்கள் பேரறிவு கொண்டவர்கள்;அவர்களுடன் ஒப்பிடும் போது இன்றைய நிலையில்,நாம் சிற்றறிவு படைத்தவர்களே.எனவே நம் அனுபவத்தால் அறிந்து கொள்ள முடியாத செய்திகளை அறிவியலின் துணை கொண்டு உறுதி கொள்ளலாம்.

இயற்கையை நாம் எவ்வளவுதான் சீரழித்துவிட்டாலும்,மீண்டும் அவற்றை ஓரளவுக்கு புதுப்பிக்க முடியும்.இந்த அடிப்படையில் இயற்கையை அழிவிலிருந்து காத்து, கொஞ்சம் கொஞ்சமாக இயற்கையை வளங்களை மேம்படுத்த வேண்டும்.

எது எப்படியிருந்தாலும், இன்றைய நெருக்கடி நிறைந்த,பற்றமான வாழ்க்கைச் சூழலில் இயற்கை பற்றிப் பேசுவது இன்பம்;படிப்பது இன்பம்;சிந்திப்பது இன்பம்;எழுதுவது இன்பம்;மொத்தத்தில் இயற்கையோடு தொடர்பில் இருத்தல் மன அமைதியைத் தரும்.

இந்த அடிப்படையில் இனி வரும் காலங்களில், இந்த பக்கத்தில் இயற்கை சார்ந்த வாழ்வியலை திரும்ப மேற்கொள்வதில் உள்ள சாத்-

தியக் கூறுகளைப் பற்றி விவாதிக்கலாம்;நாம் இயற்கையை சீரழித்ததை நினைத்து குற்ற உணர்ச்சியில் வருந்தலாம்;இயற்கையையும்,அதனை சிறப்பாக பயன்படுத்திய நம் முன்னோர்களின் அறிவையும் எண்ணி,எண்ணி வியக்கலாம்;இதில் கருத்து வேறுபாடுகள் ஏற்பட்டால், சிறிய எல்லைக்குள்ளேயே முரண்படலாம்;நம்மை நாமே ஊக்கப்படுத்தி கொள்ளலாம்.

கருவறை முதல் கல்லறை வரை வாழ்வியல் முறைகள்அனைத்தும் இயற்கையை சார்ந்தே அமைந்து இருந்தது. நிலம், நீர்,காற்று என அனைத்தையும் கடவுளாக வைத்து வழிபட்ட, நமது முன்னோர்கள் ஆலமரம், அரசமரம், வேப்பமரம், வில்வம் என கோவிலுக்கு ஒரு மரத்தை வைத்து ஸ்தல விருட்சமாக வணங்கி விழா எடுத்தனர். கதைகளும், காவியங்களும் அதை ஒட்டியே எழுதப்பட்டன.

மரங்களே மழையின் விதைகள் என்பதை உணர்ந்த நமது முன்னோர் காடுகளை காப்பாற்றி தலைமுறையை வாழ்வித்தனர். சுகாதாரமான மேம்பட்ட சூழலில் இயற்கையுடன் இணைந்தே வாழ்ந்தனர்.

ஆனால் நாகரீக வளர்ச்சியிலும், பொருளாதார தேவையின் பொருட்டும் மனிதன் கிராமத்தை விட்டு இடம் பெயர்ந்து நகர பகுதிக்கு வந்தான். கால மாற்றத்திலும், குடும்பச் சூழலிலும் இயற்கையுடனான அவனது உறவில் விரிசல் ஏற்பட்டது.

மீன் பிடித்து சாப்பிட்ட குளமும், ஏரியும், கண்மாயும் நீரில்லாமலும், மணல் இல்லாமலும் சூழல் மாறுபாட்டில் சுடுகாடுகளாக மாறிவிட்டன. கடைமடை வாய்க்கால் இருந்த சுவடே தெரியாமல் மறைந்து விட்டது. உலக விஞ்ஞானிகளும், சுற்றுச்சூழல் ஆர்வலர்கள் பலமுறை எச்சரித்த பின்பு தற்போது, அரசும் சூழல் காக்கும் திட்டங்களை செயல்படுத்த தொடங்கியுள்ளது. பிளாஸ்டிக் பைகள் தடையும், தூய்மை இந்தியா திட்டமும் அதற்கு ஒரு முன்னோட்டமாக எடுத்து கொள்ளலாம்.

ஒரு தனி நபரின் பொருளாதார வளர்ச்சிக்காக இயற்கையை சிதைத்தல் தவிர்க்கப்படவேண்டும். எந்திர மயமாதலும், புகையும், இரைச்சலும் சிட்டுக்குருவிகள், பூச்சிகளை மட்டுமல்ல நம்மையும் பாதித்து வருகின்றன. மனித தேவைகளை தாண்டி இப்போது விளம்பர திருப்தியே மாசு படிந்த உலகத்தை உருவாக்கி மாய சமூகத்தை உருவாக்கியுள்ளது. நாம் செயற்கை மீது பேராசை பட்டு உயிர் மண்டலத்தை சிதைத்து விட்டோம். ஏறக்குறைய நாம் உலக இயற்கையை முழுவது-

மாகவே ஆக்கிரமித்து பயன் படுத்தி விட்டோம்.

காடுகள் மழையை தருவதுடன் மண் அரிப்பினைத்தடுக்கிறது. பூமியின் தட்ப வெப்பநிலையையும் பாதுகாத்து மழை தரும் கடவுளாக உள்ளது. மனிதனை தாக்கும் நோய்க்கான மருந்துகளில் 75 சதவீதம் காடுகளில் இருந்தே கிடைக்கின்றது. பெருகி வரும் மக்கள் தொகையும், மனிதனின் கலாச்சார மாற்றமும் தான் இயற்கையின் இடர்பாடுகளுக்கு காரணம். உணவு முறை மாற்றத்தால்

சத்தான நமது அரிசி, சோளம், கம்பு, கேழ்வரகு ,தினை குறைந்து உடலுக்கு தீங்கு விளைவிக்கும் பீட்சா, புரோட்டா என மைதாவில் தயாரிக்கப்படும் உணவுமுறைகள் அதிகரித்தது விட்டன. சில இடங்களில் இயற்கை அங்காடிகள் மூலம் இயற்கை முறையில் விளைவிக்கப்பட்ட காய்கறிகள், உணவுபொருட்கள் விற்பனை தொடங்கியுள்ளது, நல்ல மாற்றமாகும்.

இயற்கையை பாதுகாப்பதற்கு தொழில் ரீதியான உற்பத்தியை குறைக்க வேண்டிய அவசியமில்லை, ஆனால் மாசுபடுத்தாத வழிகளை பயன்படுத்த வேண்டும், இதனால் இயற்கை பாதுகாப்புடன் மனித தேவையும் பூர்த்தியாகும். மனிதனும் இயற்கையும் சீரான இடைவெளியில் ஒரு ரெயில் தண்டவாளம் போல இணைந்திருப்பது தான் சமூகத்திற்கும் நமக்கும் நல்லது. இயற்கையை பாதுகாத்து நாட்டை காப்பதுடன் நாமும் இனிமையாக வாழ்வோம்.

சுற்றுச்சூழல் பாதிப்பு

நிலம், நீர், காற்று, நெருப்பு, வானம் இந்த ஐந்தை சுற்றி தான் சுற்றுச்சூழல் செயல்படுகிறது. முதலில் நிலத்தில் விதை மட்டும் விதைத்தோம். தற்போது பிளாஸ்டிக் என்ற எமனை சேர்த்து புதைப்பதால் நிலத்தில் மலட்டுத்தன்மை ஏற்பட்டு விட்டது. தொழிற்சாலை கழிவுகளில் இருந்து வெளியேறும் நச்சு விஷத்தன்மை மண்ணையும் நீரையும் ஒரு சேர நாசமாக்குகிறது. பிளாஸ்டிக், பாலிதீன் பைகளை விளை நிலங்களில் கொட்டுவதாலும், காற்றின் மூலம் அவை அடித்து செல்லப்படுவதாலும், அது மக்க பல வருடம் ஆகின்றன. நிலத்தில் புதையுண்ட பிளாஸ்டிக் முலம் விவசாய நிலங்கள் மாசுபட்டு வீரியமிக்க செடி, கொடிகள் வளர்ச்சி தன்மையை இழந்து விடுகின்றன. நிலத்தில் இயற்கை உரங்களுக்கு பதிலாக செயற்கை உரங்களை பயன்படுத்துவதன் விளைவாக மனிதனின்

நோயின் தன்மை நாளுக்கு நாள் அதிகரிக்கிறது.

இன்றைய பெரும்பிரச்னையாக இருப்பது குடிநீர் மாசடைவது. இந்தியா-வில் நல்ல நீரை விட சாக்கடை நீர் அதிகமாக ஓடுகிறது.ஆய்வின் அடிப்படையில் இந்தியாவில் 4 சதவீதம் நன்னீர் மட்டுமே உள்ளன. அதைவிட தமிழ்நாட்டில் 3.5 சதவீதம் நன்னீர் அளவு இருப்பது எவ்-வளவு தூரம் தண்ணீர் சுற்றுச்சுழலில் பாதிப்பு ஏற்பட்டுள்ளது என்பதை அறிய முடிகிறது.

ஒவ்வொரு மனிதனுக்கும் சராசரி ஒரு நாளைக்கு பயன்படுத்த குறைந்தது ஐந்து லிட்டர் தண்ணீர் தேவைப்படும். அந்த நீரை ஆறு, கிணறு, ஏரிகள், குளம், ஆழ்துளைக் கிணறுகள் மூலம் எடுக்கிறோம். அந்த நீர் இன்று மாசுப்பட்டுள்ளது. இந்தநீரை குடிப்பது மூலம் குடல் நோய்களும், மனிதனுக்கும், பறவைகளும், விலங்குகளுக்கும் தோல் நோய்களும் ஏற்படுகிறது.

சுவாசிக்கும் காற்று

நாம் சுவாசிக்கும் காற்றும் மாசு பட்டிருப்பது அபாயகரமானது. தொழிற்-சாலைகளில் இருந்து கரியமில வாயுக்கள் வெளிப்பட்டு வான் மண்ட-லத்தையும் பாதித்து ஓசோன் படலத்தை ஓட்டையாக்குகிறது. பீடி, சிக-ரெட் புகைப்பதால் அந்த புகை காற்றின் முலமாக மற்ற மனிதர்களுக்கு பரவி நோய்கள் உருவாகின்றன.

ஒலிமாசும் முக்கியமான விஷயம். வாகன ஒலி,தொழிற்சாலைகள் ஒலியால் மாசு ஏற்படுகிறது. ஒலி அதிகமாக மனிதன் மன அமைதி-யும்,உடல் நலமும் பாதிப்படைகிறது. செவிப்பறைகள், நரம்பு மண்டலம் பாதிக்கப்படுகிறது. வானம் ஏழு வானவில் கலர்களை விட பல கலராக மாறக் காரணம் சுற்றுச் சூழல் பாதிப்புதான். தொழிற்சாலை புகை மூலம் வானம் இன்னும் கருமேகமாக மாறி வருகிறது. எரிபொருள் மூலமாக வெளிப்படுகின்றன

கரித்துகள், கார்பன் மோனாக்சைடு, கால்பன்-டை- ஆக்சைடு, சல்-பர் டை ஆக்சைடு, காரீயம் ஆகியவை வளிமண்டலத்தில் சுற்றுச்சூழல் பாதிப்பை ஏற்படுத்துகிறது.

நாம் சுவாசிக்கும் காற்றும் மாசுபட்டிருப்பது அபாயகரமானது. தொழிற்-

சாலைகளில் இருந்து கரியமில வாயுக்கள் வெளிப்பட்டு வான் மண்டலத்தையும் பாதித்து ஓசோன் படலத்தை ஓட்டையாக்குகிறது. பீடி, சிகரெட் புகைப்பதால் அந்த புகை காற்றின் மூலமாக மற்ற மனிதர்களுக்கு பரவி நோய்கள் உருவாகின்றன.

வீட்டையும் சுற்றுப்புறத்தையும் தூய்மையாக வைத்துக்கொள்ள வேண்டும். வீட்டில் உள்ள கழிவு பொருட்களையும், கழிவு நீரையும் முறையாக அகற்றி விட வேண்டும்.

நமது கழிவுகளை மண்ணுக்கு அடியில் விடுவது தான் சரியான மறுசுழற்சி முறையாகும். எனவே வீட்டிற்கு ஒரு கழிப்பறை கட்ட மத்திய அரசு திட்டம் வகுத்துள்ளது. பிளாஸ்டிக், பாலிதீன் பைகளை பயன்படுத்தக்கூடாது.

வாகனம், தொழிற்சாலை புகைகளை குறைக்கிற வழிகளை ஆராய வேண்டும். அரசின் சட்டத்தின் படி தொழிற்சாலைகள் மாசை கட்டுப்படுத்தும் வழிகளை ஆராய வேண்டும்

ஒரு மனிதன் தன் வாழ்நாளில் ஒரு மரத்தையாவது நட்டு தன் சந்ததிக்கு விட்டு செல்ல வேண்டும். மரம் நடுவதையும் வளர்ப்பதையும் கடமை என கொள்ள வேண்டும்.

ஒரு மரத்தை மிகவும் அவசியம் எனக்கருதி வெட்டினால் பத்து மரங்கள் நட வேண்டும்.

நீர்நிலைகளை மாசுபடுத்துபவர்களை கடுமையாக தண்டிக்க வேண்டும்.

சூற்றுச்சூழலை

பாதுகாக்க, இந்த காற்றையும், மண்ணையும், நீரையும் நச்சு சேராமல் காக்க **இயற்கையை**

முதலில் பாதுகாக்கவேண்டும். இயற்கையை இயற்கையாகவே வைத்திருக்க வேண்டும்.

நான்

வாசகர்ளால் நான்
வாசகர்களுக்காக நான்

முற்போக்கு எழுத்தாளர் வி.எஸ்.ரோமா - கோயம்புத்தூர் +91 82480 94200

20 புத்தகங்கள் எழுதியுள்ளேன்
விருதுகள் பல பெற்றுள்ளேன்.

கதை , கவிதை, கட்டுரை, நாவல் பொன்மொழி, நாட-கம்
எழுதுவேன்.

என்
எழுத்து
என் மூச்சுள்ள வரை
என் வாசிப்பே
என் சுவாசிப்பு
என்றும்
எழுதிக் கொண்டிருக்க வே
என் ஆசை

நான் திருமணமே செய்து கொள்ளாத பெண்மணி என்-பதில் எனக்கு மகிழ்வே.

என் எழுத்துக்கு முழு ஒத்துழைப்பு கொடுப்பவர்கள் என் பெற்றோர்களே.

தந்தை
கா சுப்ரமணியன் _ தாசில்தார் - ஓய்வு

தாய்.
சு. கிருஷ்ணவேணி

என் பெற்றோர்களே
என்
எழுத்துக்கும்
எனக்கும் முழு ஒத்துழைப்பு தருகின்றவர்கள் என்பதில் எனக்கு மகிழ்ச்சியே.

நான் ரோமா ரேடியோ
என்ற பெயரில் எஃப் எம் ஆரம்பித்துள்ளேன்.
என்
எழுத்து
என் ரோமா வானொலி மூலம்
எங்கும் ஒலிக்க
எட்டு திக்கும் ஒலிக்க
என் ஆவல்.
பெண்களை
பெரிதாக நினைத்துப்
பெரும் மகிழ்ச்சியடைந்து
பெருமைப் படுத்த வேண்டும்.
முற்போக்கு எழுத்தாளர்
வி.எஸ். ரோமா
Roma Radio
கோயம்புத்தூர்
+91 82480 94200

www.ingramcontent.com/pod-product-compliance
Lightning Source LLC
LaVergne TN
LVHW041547060526
838200LV00037B/1182
9781638507420